
તૈત્તિરીય ઉપનિષદ

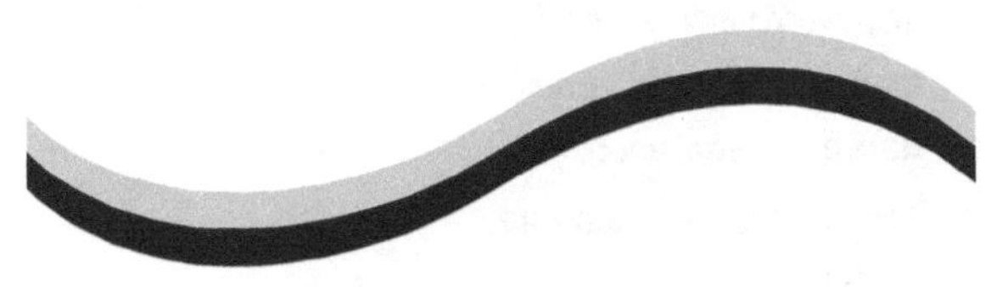

આ ઉપનિષદનો પ્રમુખ ઉદ્દેશ

આનન્દ છે

તેમાં આનંદ પ્રાપ્તિ માટે આવશ્યક
સર્વ સાધનોનું વિગતવાર વર્ણન છે.

Taittiriy Upanishad

તૈત્તિરીય ઉપનિષદ

લેખક – પ્રકાશક :

સંપૂર્ણ જીવન ટ્રસ્ટ

૩૬, અજિતનાથ સોસાયટી,

પાણીની ટાંકી પાસે, કારેલીબાગ,

વડોદરા – ૩૯૦ ૦૧૮.

ફોન : ૦૨૬૫ – ૨૪૬૪૮૫૯

Email : sampurnajeevantrust@gmail.com

પ્રત : ૧૦૦૦

લેઝર કમ્પોઝિંગ – મુદ્રક :

વિમલ ગ્રાફિક્સ

૧૦, કાન્ત ઑપાર્ટમેન્ટ,

પેટલાદ રોડ, નડીઆદ.

મો. : ૯૮૯૮૧૧૯૬૯૯

સૌજન્ય : રતિભાઈ દામજીભાઈ વાચ્છાણી

વડોદરા.

:: પ્રસ્તાવના ::

કૃષ્ણયજુર્વેદીય તૈત્તિરીય શાખાના સાત, આઠ અને નવમા અધ્યાયમાંથી સાર તત્ત્વ તારવીને આ ઉપનિષદની રચના કરવામાં આવી છે. તેમાં ત્રણ વલ્લીઓમાં શિક્ષણ, આનંદ અને અન્નનું મહત્ત્વ સમજાવવામાં આવ્યું છે.

હજારો વર્ષો પહેલાં સંસ્કૃત ભાષામાં લખાયેલાં ઉપનિષદોની ભાષા, શ્લોકો અને તેનો ભાવાર્થ તત્કાલિન સાધકોને સમજાય એ રીતે લખાયાં છે. આજે આપણા વ્યવહારમાં એ શબ્દો અને તેના અર્થો આપણને અજાણ્યા અને ન સમજાય તેવા લાગે એ સ્વાભાવિક છે. તેથી આપણે એ શ્લોકો અને તેના અન્વયાર્થ આ પુસ્તકમાં જેમના તેમ રાખ્યા છે. ભાવાર્થ પણ સીધો સાદો મૂક્યો છે. પરંતુ તે પરનું વિવેચન ધ્યાનથી વાંચવાથી ઋષિના કહેવાનું હાર્દ સમજી શકાશે એ રીતે વિવેચનને અમે વધુ સરળ બનાવવાનો પ્રયત્ન કર્યો છે.

આ ઉપનિષદનો મૂળ ઉદ્દેશ સુખ અને આનંદને સમજાવવાનો છે. સુખ ભૌતિક સાધનોમાંથી મળે છે અને તે ક્ષણિક હોય છે. સુખની ચરમ સીમાએ આનંદની આછી ઝલક માત્ર પ્રાપ્ત થાય છે. આનંદ આધ્યાત્મિક સાધના દ્વારા પ્રાપ્ત થાય છે અને તે આત્મિક આનંદ કાયમી હોય છે. તેની સામે સર્વ સુખો ફિક્કાં લાગે. સુખો પ્રાપ્ત કરવામાં અથાક પ્રયત્નો કરવા પડે અને ધાર્યાં સુખો મળી જાય ત્યાર પછી પણ જીવનમાં કંઈક ખૂટતું લાગે, એ આનંદનો અભાવ છે. આધ્યાત્મિક ક્ષેત્રે સાચા રસ્તે, પ્રમાણમાં ઓછાં સંસાધનો હોય તો પણ સંતોષ, શાંતિ અને આનંદ પ્રાપ્ત થઈ શકે છે, એવો રસ્તો ઋષિએ આ ઉપનિષદમાં ચીંધ્યો છે. તે સમજવાની દૃષ્ટિએ આપણે આ ઉપનિષદનું અધ્યયન કરીશું.

- સંપૂર્ણ જીવન ટ્રસ્ટ

:: ઉપનિષદનો મર્મ ::

આપણા ઋષિઓ યોગી ઉપરાંત વૈજ્ઞાનિક હતા. તેમણે જે સત્યનો સાક્ષાત્કાર કર્યો અને વ્યાવહારિક જીવનમાં અનુભવ મેળવ્યો, તેનું સંકલન કરીને જે શબ્દદેહ આપ્યો તે ઉપનિષદ.

ઉપનિષદ એ આધ્યાત્મિક જીવનવિદ્યા છે, જે આપણી ભવ્ય સંસ્કૃતિનું સર્વોત્તમ મૂળ છે. વેદના એ અંતિમ ભાગને વેદાંત કહે છે, તે વેદોમાંથી જ ઉપનિષદો તારવવામાં આવેલાં છે. અલગ અલગ ઋષિઓ દ્વારા અલગ અલગ ઉપનિષદોમાં એક એક વિષયને વિગતવાર સમજાવવામાં આવેલ છે. કુલ ૧૦૮ ઉપનિષદો લખાયાં છે, તેમાં ૧૧ ઉપનિષદો મુખ્ય છે. ઈશ, કેન, કઠ, પ્રશ્ન, મુંડક, માંડુક્ય, તૈત્તિરીય, ઐતરેય, બૃહદારણ્યક, છાંદોગ્ય અને શ્વેતાશ્વતર છે.

ઉપનિષદોમાં અગત્યના વિષયો જેવા કે જીવાત્મા, વિદ્યા-અવિદ્યા, પરાવિદ્યા-અપરાવિદ્યા, દ્વૈત-અદ્વૈત, સંભૂતિ-અસંભૂતિ, દેવ અને દાનવનાં લક્ષણો, વર્ણવ્યવસ્થા અને આશ્રમ વ્યવસ્થા, આત્મા, આત્મજ્ઞાન, બ્રહ્મ, બ્રહ્મજ્ઞાન, પરમાત્માનું સ્વરૂપ, પ્રકૃતિ, ત્રણ ગુણ (સત્ત્વ, રજસ, તમસ), પંચમહાભૂત (આકાશ, વાયુ, તેજ, જલ અને પૃથ્વી) અને આત્મા પર આવેલાં વિવિધ આવરણોના કોષો રૂપે વર્ણન; કર્મ, શાંતિ, સત્ય, આનંદ, ઉપાસના તેમજ ભક્તિની સાચી સમજ આપેલી છે.

ઉપનિષદોમાં પરમાત્માના સ્વરૂપ અને કર્તવ્યનું સુંદર વર્ણન કરવામાં આવ્યું છે. પરમાત્મા શ્રેષ્ઠ, સત્ય, ચૈતન્ય સ્વરૂપ છે. તેમની જ સત્તા છે. પરમાત્માએ પોતાના એક અંશમાંથી આ સૃષ્ટિનું સર્જન કર્યું છે અને તેનું સંચાલન પણ તેઓ જ કરે છે. તેમણે જ જીવસૃષ્ટિનું સર્જન કર્યું છે અને તેમાં

ચૈતન્યશક્તિરૂપે આત્માનું નિરૂપણ કર્યું છે. એ આત્મા રૂપે સ્વયં પરમાત્મા જ બિરાજ્યા છે. આ આત્મા અને પરમાત્માના સંબંધનું વર્ણન ઉપનિષદોમાં વિગતવાર કરેલું છે. ઉપનિષદ પાપ અને અજ્ઞાનને દૂર કરે છે અને સાચું જ્ઞાન આપે છે. ઉપનિષદનું જ્ઞાન બ્રહ્મ પ્રાપ્તિ માટે અને દૈનિક જીવન માટે બહુજ ઉપયોગી છે.

કર્મનો સિદ્ધાંત સમજાવીને માણસને નિષ્કામ કર્મ દ્વારા અંત:કરણ શુદ્ધ કરવાની પદ્ધતિ બતાવી છે તથા ઉપાસનાની વિવિધ પદ્ધતિઓ સમજાવીને કેવી રીતે મૃત્યુ પહેલાં માયા અને વાસનાઓનો ક્ષય કરીને સંપૂર્ણ વૈરાગ્યની સ્થિતિએ પહોંચી શકાય તેનું વર્ણન છે. આમ અવિદ્યાનો પડદો હટવાને કારણે પરમાત્માનું દર્શન સ્પષ્ટ થતું જાય છે.

ઉપનિષદ સમજાવે છે કે દરેક વસ્તુ પરમાત્માની માલિકીની છે, જેથી આપણને તેના માલિક નહીં પણ ટ્રસ્ટી બની, ત્યાગીને ભોગવવાનું શીખવે છે. માણસે ભોગોના કે સમૃદ્ધિના ગુલામ નથી થવાનું. પરંતુ પોતાનું જીવન સાદગીભર્યું અને ત્યાગપૂર્ણ હોવું જોઈએ.

આપણે જોઈ રહ્યા છીએ કે છેલ્લા બે શતકમાં ભૌતિક જીવન માટે જરૂરી શિક્ષણનું સુંદર માળખું ગોઠવાયેલું હોવાથી આપણે તેને સમૃદ્ધ બનાવી શક્યા છીએ, પરંતુ સમાજમાં પ્રવર્તી રહેલ આધ્યાત્મિક નિરક્ષરતાને કારણે સંકુચિતતા, અંધશ્રદ્ધા, નૈતિક મૂલ્યોનું અધ:પતન, પાપાચાર, ભ્રષ્ટાચાર, દંભ, સંપત્તિનું પ્રદર્શન, વ્યક્તિપૂજા જેવાં દૂષણો ઝડપથી વધી રહ્યાં છે ત્યારે ઉપનિષદના આધ્યાત્મિક જ્ઞાનનું મહત્ત્વ ખૂબજ વધી જાય છે.

આધ્યાત્મિક જ્ઞાન અને ભૌતિકજ્ઞાનમાંથી કોઈ એક જ જ્ઞાન પૂરતું નથી, પરંતુ આ બંને જ્ઞાનનો સમન્વય જરૂરી છે. આ બંને વિદ્યાઓ

ગુરુકુળમાં એક જ ગુરુ દ્વારા સમાન રીતે આપવામાં આવતી હતી. જેથી તેનું પરિણામ ઉત્તમ જોવા મળતું હતું. એ વ્યવસ્થા પડી ભાંગતાં હાલમાં પરિસ્થિતિ અસંતુલિત થઈ ગઈ છે. તેથી મોટા ભાગના લોકો અજ્ઞાનતાને કારણે ભગવાનને ભજવાને બદલે વ્યક્તિપૂજા તરફ વળી ગયા છે અને અંધશ્રદ્ધામાં જીવે છે, તથા ઉપનિષદનું સત્ય જ્ઞાન લુપ્ત થઈ રહ્યું છે.

ઉપનિષદનું જ્ઞાન વ્યક્તિમાં પરિવર્તન લાવે છે અને તેનો આધ્યાત્મિક વિકાસ થવાના કારણે તેનામાં નમ્રતા, માનવતા, નિર્ભયતા, ઉત્સાહ, સદ્‌ભાવના, સ્થિરતા અને હકારાત્મકતાનો સંચાર થાય છે, જેને કારણે તે પોતાનો વ્યક્તિગત વિકાસ સાધીને કૌટુંબિક, સામાજિક, રાષ્ટ્રીય અને વૈશ્વિક બાબતોમાં પોતાનો સક્રિય ફાળો આપવા માટે સક્ષમ બની શકે છે.

આ ઉપનિષદનું જ્ઞાન જ્ઞાની પુરુષો દ્વારા અન્યને આમને - સામને બેસીને આપવામાં આવેલું જ્ઞાન છે, જે જ્ઞાન વિગતવાર મેળવવું હોય તો ઉપનિષદનો અભ્યાસ કરવો જરૂરી છે.

આ ઉપનિષદમાં આવતા મુખ્ય વિષયો

આ ઉપનિષદનો મુખ્ય ઉદ્દેશ સતત આનંદમાં રહેવા માટેનો ઉપાય સમજાવવાનો છે. તે માટે આનંદનું માપ નક્કી કરવાની રીત સમજાવી છે તે અંગે જરૂરી વિષયોનું વર્ણન કરવામાં આવેલું છે.

૧) જીવસૃષ્ટિને આનંદમાં રાખવાની પરમાત્માની વ્યવસ્થા :

શિક્ષણ માટે ભાષાનું જ્ઞાન જરૂરી છે. તેની સાધના દ્વારા મનુષ્ય નિરંતર આનંદમાં રહી શકે છે. પ્રત્યેક મનુષ્યને આનંદમાં રાખવા માટે પરમાત્માએ પાંચ પ્રકારે સુંદર વ્યવસ્થા કરી છે.

અધિલોક : ભૌતિક જીવનની જરૂરિયાત માટે પરમાત્માએ પૃથ્વી, સૂર્ય, ચંદ્ર અને ગ્રહોની એવી યોજનાબદ્ધ રચના કરી છે કે તેથી જીવસૃષ્ટિને તમામ સંસાધનો મળી રહી. આ અધિલોક એટલે ભૌતિક જગત.

અધિજ્યોત : જીવસૃષ્ટિની રચના, વિકાસ અને પાલન માટે સૂર્ય દ્વારા જ્યોત એટલે ઊર્જા (એનર્જી) મળી રહે છે. સૂર્યમાંથી જ જલ, વિદ્યુત અને પ્રાણ વડે સમગ્ર જીવસૃષ્ટિને ઊર્જા મળે તેવી વ્યવસ્થા પરમાત્માએ ગોઠવી છે.

અધિવિદ્ય : ઋષિઓ અને પૂર્વજોએ શ્રેષ્ઠ જીવન જીવવા માટેની વિદ્યા આપી છે. બ્રહ્મ દ્વારા આપવામાં આવેલ આ જ્ઞાન ઉપનિષદો દ્વારા સૌ કોઈને મળી રહે તેવી વ્યવસ્થા પરમાત્માએ કરી છે. જેમની પાસે આવું જ્ઞાન છે તે અન્યને આપવાનો ભાવ ધરાવે જ છે.

અધિપ્રજ : સમગ્ર જીવસૃષ્ટિના વિકાસ માટે પરમાત્માએ પ્રત્યેક જીવમાં પ્રજોત્પત્તિની ક્ષમતા મૂકી જ છે.

અધિઆત્મ : પરમાત્માએ મનુષ્યને વિદ્યા પ્રાપ્ત કરવા માટે વાણીનું વરદાન આપ્યું છે. વાણી દ્વારા મનુષ્ય પોતાના વિચારો વ્યક્ત કરી શકે છે. ટૂંકમાં અધિઆત્મ એટલે સંપ્રેષણ કળા (Communication).

આ પાંચ સંહિતાઓ પરમાત્માની કૃપા છે.

૨) પરમાત્મા દ્વારા સર્જન :

પરમાત્માએ પોતાની અંદરથી જ સમગ્ર બ્રહ્માંડની રચના કરી છે. તેમાં પૃથ્વી, અંતરિક્ષ અને ઘુલોકનો સમાવેશ થાય છે. શક્તિના સ્રોત માટે સૂર્ય, ચંદ્ર, વાયુ, અગ્નિ અને પ્રાણની રચના કરી છે. તેમણે આધિભૂત અને અધિઆત્મ સ્વરૂપે સૃષ્ટિનું સર્જન કર્યું છે. તેથી આ પરમાત્માની પ્રાર્થના, ધ્યાન અને તપસ્યા કરીને બ્રહ્મજ્ઞાન પ્રાપ્ત કરી બ્રહ્મલીન થવાનો પ્રયત્ન કરવો જોઈએ તે જ અધ્યાત્મ છે.

૩) પરમાત્માનું સ્વરૂપ :

પરમાત્માનાં ત્રણ સ્વરૂપ છે : ૧) આધિભૌતિક ૨) અધિઆત્મિક અને ૩) આધિદૈવિક

આ ત્રણ સ્વરૂપે તેઓ કણકણમાં વસેલા છે. તેઓ નિરાકાર, પ્રકાશમય, સર્વવ્યાપી, સર્વ શક્તિમાન, સર્વજ્ઞ, સત્, ચિત્ત અને આનંદ સ્વરૂપ છે. તેમનું નામ ૐ છે, જેમાં ત્રણેય લોક અને પરબ્રહ્મ પરમાત્માનું વર્ણન છે. પરમાત્મા નિરાકાર હોવા છતાં તેમણે પોતાના એક અંશના આવિર્ભાવથી આ સૃષ્ટિરૂપે પોતાના સાકાર સ્વરૂપને પ્રગટ કર્યું છે.

૪) પાંચ કોષો :
મનુષ્યનું શરીર પાંચ કોષોનું બનેલું છે : ૧) અન્નમય કોષ ૨) પ્રાણમય કોષ ૩) મનોમનય કોષ ૪) વિજ્ઞાનમય કોષ અને ૫) આનંદમય કોષ

અન્નમય કોષનો આત્મા પ્રાણ છે.

પ્રાણમય કોષનો આત્મા મન છે.

મનોમય કોષનો આત્મા વિજ્ઞાન છે.

વિજ્ઞાનમય કોષનો આત્મા આનંદ છે.

આનંદમય રહેવા માટે આ બધા કોષોનું નિયમન જરૂરી છે.

૫) આનંદની માત્રા : આનંદની માત્રાની તુલના કરવા માટે ઋષિ બતાવે છે કે, એક સરળ સ્વભાવવાળા જ્ઞાની, આશાવાન, મક્કમ, બળવાન, સુંદર અને સ્વસ્થ યુવાનને સમસ્ત પૃથ્વીનું નિષ્કંટક રાજય મળી જાય, એટલે કે પૃથ્વીની તમામ ઉપલબ્ધ સમૃદ્ધિ પ્રાપ્ત થઈ જાય ત્યારે તેને જેટલો આનંદ થાય એ "એક માનુષ" આનંદ કહેવાય. ટૂંકમાં સુખની ચરમ સીમાએ આનંદની માત્ર ઝલક પ્રાપ્ત થાય છે. સુખની મર્યાદા છે, આનંદ અસીમ છે.

સુખની સામગ્રી એકત્ર કરતાં કરતાં જીવન વીતી જાય છે. અનેક જન્મો સુધી એવા જ સુખની લાલસામાં જીવ ભટકયા કરે છે. ત્યારે જેણે બ્રહ્મજ્ઞાન પ્રાપ્ત કર્યું છે તેને કોઈ પણ સંસાધનની સહાયતા વગર જે બ્રહ્માનંદ પ્રાપ્ત થાય છે તે પેલા "એક માનુષ" આનંદ કરતાં હજાર ગણો વધારે હોય છે. પોતાની તમામ કામનાઓને શેષ કરી નાખી જે અકામહત બન્યા છે તેમને આ આનંદ સહજ પ્રાપ્ત થાય છે.

અહીં આપણે વિચારવાનું છે કે ક્ષણજીવી સુખો પાછળ જીવન વેડફવું છે કે નિરંતર આનંદ મળતો રહે એવો આત્મજ્ઞાનનો માર્ગ પસંદ કરવો છે?

૬) પરમાત્માનો આવિર્ભાવ : નજરે દેખાતું આ સમસ્ત વિશ્વ એક માત્ર બ્રહ્મ તત્ત્વનો જ આવિર્ભાવ છે. તે સ્થૂળ રૂપે પંચ મહાભૂતો તરીકે આકાશ, વાયુ, તેજ, જળ અને પૃથ્વી રૂપે ક્રમશ: આવિર્ભાવ પામ્યું. તેવી જ રીતે સૂક્ષ્મરૂપે અહંકાર, પ્રજ્ઞા, મન અને ઈન્દ્રિયોની તન્માત્રા રૂપે ક્રમશ: અસ્તિત્વમાં આવ્યું.

બ્રહ્મતત્ત્વ સૂક્ષ્માતિસૂક્ષ્મ છે તેમ છતાં તે પંચમહાભૂતોમાં અને અંત:કરણમાં પૂર્ણરૂપે હાજરાહજૂર છે. આપણને જે નજરે દેખાય છે તે તેની સૂક્ષ્મમાંથી સ્થૂળ તરફની યાત્રાને પરિણામે દેખાય છે. તેમાં આવિર્ભાવની સ્થિતિએ આગળ ઉદ્ઘાટિત થનારા તત્ત્વમાં પ્રથમ તત્ત્વ તો રહેલું જ હોય છે. જેમ કે બ્રહ્મતત્ત્વનો અંત:કરણરૂપે આવિર્ભાવ થાય ત્યારે બ્રહ્મતત્ત્વ સૂક્ષ્મરૂપે પ્રજ્ઞામાં રહેલું જ હોય છે અને પછી પ્રગટ થનારી ઈન્દ્રિયોની તન્માત્રાઓમાં સૂક્ષ્મરૂપે મન તત્ત્વ રહેલું હોય છે. જેમ સંતાનોમાં માતા-પિતાના જીન્સ રહેલાં હોય છે. ટૂંકમાં મૂળભૂત બ્રહ્મ તત્ત્વ બધામાં પૂર્ણરૂપે રહેલું જ હોય છે. બ્રહ્મતત્ત્વના સ્થૂળ તરફના આવિર્ભાવોમાં બ્રહ્મતત્ત્વની ઊણપ કે અભાવ કયારેય થતો નથી.

૭) **સુખ અને આનંદ વચ્ચેનો ભેદ :**

ભૌતિક જ્ઞાન દ્વારા પ્રાપ્ત સંસાધનો સુખ આપે છે ત્યારે આધ્યાત્મિક જ્ઞાન દ્વારા આનંદ પ્રાપ્ત થાય છે. ભૌતિક દ્વારા અન્ન, આહાર, આશ્રય, વસ્ત્ર, સ્વાસ્થ્ય, સૌંદર્ય અને પરિશ્રમ હળવો કરનારાં સંસાધનો દ્વારા સુખ ભાસે છે, જે કાયમની નથી. સમૃદ્ધિ, પદ, પ્રતિષ્ઠા મનુષ્યને ગૌરવની ચરમ કક્ષાએ પહોંચાડે છે. ત્યારે એ સ્વર્ગના સુખ સમું ભાસે છે, પરંતુ તેમાં પણ સતત ભય અને ચિંતા રહે જ છે, કારણ કે એ બધું પરિવર્તનશીલ છે.

આધ્યાત્મિક જ્ઞાન દ્વારા પ્રાપ્ત આનંદ શાશ્વત હોય છે, તેથી તે સંતોષ, શાંતિ અને નિરંતર આનંદ આપે છે, કારણ કે પછી તેમાં રાગ - દ્વેષ, વેર - ઝેર, છળ - કપટ, ચિંતા અને કલેશને સ્થાન રહેતું નથી. સુખ અને આનંદ વચ્ચેનો ભેદ જેને સમજાઈ ગયો છે તેની સુખ પાછળની દોડ થંભી જાય છે અને આનંદયાત્રા શરૂ થાય છે.

૮) અન્નનું મહત્ત્વ :

આ શબ્દનો અર્થ વિશાળ છે. અન્ન એટલે માત્ર અનાજ નહીં, પરંતુ પંચમહાભૂતમાંથી પ્રાપ્ત જીવન જરૂરિયાતના તમામ ભૌતિક સ્રોતો માટે આ શબ્દ યોજાયો હતો. એ દૃષ્ટિએ બધાં જ પંચમહાભૂતો બ્રહ્મનાં દૃશ્ય સ્વરૂપો હોવાથી પવિત્ર અને પૂજનીય છે. આકાશ, હવા, અગ્નિ, પાણી કે પૃથ્વીનું પ્રદૂષણ કરીને મનુષ્ય બ્રહ્મનું અપમાન કરે છે. તેથી જ ધર્મશાસ્ત્રોએ આજ્ઞા આપી કે અન્નને એઠું છોડવું પાપ છે. અન્ન, વસ્ત્ર, આશ્રય અને જીવન જરૂરિયાતનાં સંસાધનો વધુમાં વધુ ઉત્પાદન કરવાં અને તેને તમામ મનુષ્યો સુધી ઉપલબ્ધ કરાવવાં એ જ બ્રહ્મની પૂજા છે અને તેમ કરવામાં જ આનંદ પ્રાપ્ત થાય છે.

નોંધ : ઉપનિષદ વાંચવાની પદ્ધતિ :

ઉપનિષદમાં આવતા વિષયો સમજ્યા પછી પ્રારંભમાં દરેક શ્લોકનો માત્ર ભાવાર્થ જ વાંચવો. સંપૂર્ણ ઉપનિષદના બધા જ શ્લોકોનો ભાવાર્થ વાંચ્યા - સમજ્યા પછી શ્લોકના પ્રત્યેક શબ્દો વાંચીને સમજવા. પ્રત્યેક અનુવાકમાં ઋષિ શું કહેવા માગે છે તેની નોંધ કરવી. છેલ્લે સંપૂર્ણ ઉપનિષદ આદ્યોપાંત વાંચવું.

शांति पाठ

ॐ शं नो मित्रः शं वरुणः शं नो भवत्वर्यम ।

शं न इन्द्रो वृहस्पतिः । शं नो विष्णुरुरुक्रमः ।

नमो ब्रह्मणे । नमस्ते वायो । त्वमेव प्रत्यक्षं ब्रह्मासि ।

त्वामेव प्रत्यक्षं ब्रह्म वदिष्यामि । ऋतं वदिष्यामि ।

सत्यं वदिष्यामि । तन्मामभवतु । तद्वक्तारमभवतु ।

अवतु माम् । अवतु वक्तारम् ।

ॐ शान्तिः ! शान्तिः !! शान्तिः !!!

શિક્ષાવલ્લી - વલ્લી - ૧
સંબંધ ભાષ્ય

यस्माज्जातं जगत्सर्वं यस्मिन्नेव प्रलीयते ।
येनेदं धत्यंते चैव तस्मै ज्ञानात्मने नमः ॥ १ ॥

જેનાથી સંપૂર્ણ જગત ઉત્પન્ન થયું છે, જેમાં જ તે લીન થાય છે અને જેના દ્વારા એ ધારણ પણ કરવામાં આવે છે એ જ્ઞાનસ્વરૂપ પરમાત્માને મારા નમસ્કાર છે.

यैरिमे गुरुभिः पूर्वं पदवाक्यप्रमाणतः ।
व्याख्याताः सर्ववेदान्तास्तान्नित्यं प्रणतोऽस्म्यहम् ॥ २ ॥

પ્રાચીનકાળમાં જે ગુરુજનોએ પદ, વાક્ય અને પ્રમાણસહિત વિવેચનપૂર્વક આ સંપૂર્ણ વેદાન્તો (ઉપનિષદો) ની વ્યાખ્યા કરી છે એમને હું સર્વદા નમસ્કાર કરું છું.

तैत्तिरीयकसारस्य मयाचार्यप्रसादतः ।
विस्पष्टार्थरुचीनां हि व्याख्येयं संप्रणीयते ॥ ३ ॥

જે સ્પષ્ટ જાણવાના ઈચ્છુક છે એ પુરુષો માટે હું શ્રી આચાર્યની કૃપાથી તૈત્તિરીય શાખાના સારભૂત આ ઉપનિષદની વ્યાખ્યા કરું છું.

પ્રથમ અનુવાક

ૐ શં નો મિત્ર: શં વરુણ: શં નો ભવત્વર્યમ । શં ન ઇન્દ્રો વૃહસ્પતિ: । શં નો વિષ્ણુરુરુક્રમ: । નમો બ્રહ્મણે । નમસ્તે વાયો । ત્વમેવ પ્રત્યક્ષં બ્રહ્માસિ । ત્વામેવ પ્રત્યક્ષં બ્રહ્મ વદિષ્યામિ । ઋતં વદિષ્યામિ । સત્યં વદિષ્યામિ । તન્માભવતુ । તદ્ધ્વક્તારભવતુ । અવતુ મામ્ । અવતુ વક્તારમ્ । ૐ શાન્તિ: શાન્તિ: શાન્તિ: ।

શબ્દાર્થ : ૐ - ૐ આ પરમેશ્વરના નામનું સ્મરણ કરીને ઉપનિષદનો આરંભ કરે છે, **ન** - અમારે માટે, **મિત્ર:** - (દિવ અને પ્રાણના અધિષ્ઠતા) મિત્ર દેવતા, **શમ્ (ભવતુ)** - કલ્યાણપ્રદ - થાવ (તથા); **વરુણ:** - (રાત્રી અને અપાનના અધિષ્ઠતા) વરુણ (પણ), **શમ્ (ભવતુ)** - કલ્યાણપ્રદ થાવ; **અર્યમા** - (ચક્ષુ અને સૂર્યમંડળના અધિષ્ઠતા) અર્યમા, **ન** - અમારા માટે, **શમ્ (ભવતુ)** કલ્યાણકારી (થાવ;), **ઈન્દ્ર** - (બલ અને ભુજાઓના અધિષ્ઠતા) ઇંદ્ર (તથા), **વૃહસ્પતિ** - (વાણી અને બુદ્ધિના અધિષ્ઠતા) બૃહસ્પતિ, **ન:** - (બંને) અમારા માટે, **શમ્ (ભવતામ્)** - શાંતિપ્રદાન કરનારા થાવ; **ઉરુક્રમ** - ત્રિવિક્રમરૂપી વિશાલ પગલાંવાળા, **વિષ્ણુ** - વિષ્ણુ (જે પગના અધિષ્ઠતા છે), **ન:** - અમારા માટે, **શમ્ (ભવતુ)** - કલ્યાણકારી થાવ; **બ્રહ્મણે** - (ઉપર્યુકત બધા જ દેવતાઓના આત્મસ્વરૂપ) બ્રહ્મને માટે, **નમ:** - નમસ્કાર છે; **વાયો** - હે વાયુદેવ, **તે** - તમારા માટે - તમને, **નમ:** - નમસ્કાર છે; **ત્વમ્ એવ** - તમે જ, **પ્રત્યક્ષમ્** - પ્રત્યક્ષ (પ્રાણરૂપથી પ્રતીત થનારા), **બ્રહ્મ અસિ** - બ્રહ્મ છો; (તેથી હું), **ત્વામ્ એવં** - તમને જ, **પ્રત્યક્ષમ્** - પ્રત્યક્ષ, **બ્રહ્મ** - બ્રહ્મ, **વદિષ્યામિ** - કહીશ; **ઋતમ્** - (તમે ઋતના અધિષ્ઠતા છો, તેથી હું તમને) ઋત-નામથી, **વદિષ્યામિ** - સંબોધીશ **સત્યમ્** - (તમે સત્યના અધિષ્ઠતા છો, એથી હું તમને) સત્ય નામથી, **વદિષ્યામિ** - કહીશ; **તત્** - તે (પરમેશ્વર), **મામ્ અવતુ** - મારી રક્ષા કરે, **તત્** - તે, **વક્તારમ્ અવતુ** - વક્તાની અર્થાત્ આચાર્યની રક્ષા કરે, **અવતુ મામ્** - રક્ષા કરે મારી (અને), **અવતુ વક્તારમ્** - રક્ષા કરે મારા આચાર્યની, **ૐ શાન્તિ: શાન્તિ: શાન્તિ:** -

આધિભૌતિક, આધિદૈવિક અને આધ્યાત્મિક - ત્રણે પ્રકારનાં વિઘ્નોનું સર્વથા ઉપશમન થાવ.

ભાવાર્થ : હે મિત્ર સૂર્યદેવ, વરુણ, અર્યમા, ઇન્દ્ર તથા બુદ્ધિદાયક બૃહસ્પતિ દેવતા, વિષ્ણુ અમારે માટે સુખપ્રદ અને શાન્તિદાયક થાઓ. બ્રહ્મને અમારા પ્રણામ છે, હે વાયુ તમને નમસ્કાર છે, તમે જ પ્રત્યક્ષ બ્રહ્મ છો, તમને જ પ્રત્યક્ષ બ્રહ્મ કહીશ, કારણ કે શરીરથી થનારાં કાર્ય તમને જ આધીન છે એટલે તમને જ હું સત્ય કહીશ, તમે મારી રક્ષા કરો તથા બ્રહ્મને નિરુપણ કરવાવાળા આચાર્યની રક્ષા કરો. આધિભૌતિક, આધ્યાત્મિક અને આધિદૈવિક આ ત્રણે પ્રકારના તાપોથી શાન્તિ થાઓ.

વિવેચન : બ્રહ્મ સર્જિત બધા જ પંચમહાભૂતો દેવો છે. તેમના થકી જ સૃષ્ટિનું પર્યાવરણ જળવાઈ રહે છે. તેમની કૃપા અને આપણો સહયોગ આપણી પૃથ્વીને જીવવા જેવી રાખશે.

બીજો અનુવાક
શિક્ષાની વ્યાખ્યા

**શીક્ષાં વ્યાખ્યાસ્યામઃ વર્ણઃ સ્વરઃ । માત્રા બલમ્ ।
સામ સન્તાનઃ । ઇત્યુક્તઃ શીક્ષાધ્યાયઃ ।। ૧ ।।**

શબ્દાર્થ : શીક્ષામ્ વ્યારૂયાસ્યામઃ - હવે અમે શિક્ષાનું વર્ણન કરીશું, વર્ણઃ - વર્ણ, સ્વરઃ - સ્વર, માત્રા - માત્રા, બલમ્ - પ્રયત્ન, સામઃ - વર્ણનો સમવૃત્તિથી ઉચ્ચારણ અથવા ગાન કરવાની રીત (અને), સંતાનઃ - સંધિ, ઇતિ - આ પ્રમાણે, શીક્ષાધ્યાયઃ - વેદના ઉચ્ચારણની શિક્ષાનો અધ્યાય, ઉક્તઃ - કહેવામાં આવ્યો છે.

ભાવાર્થ : અમે શિક્ષાની વ્યાખ્યા કરીએ છીએ, વર્ણ, સ્વર, માત્રા, બલ, સામ તથા સન્તાન આને શિક્ષાધ્યાય કહેવાય છે.

વર્ણ, સ્વર, માત્રા અને સંહિતા આ શિક્ષણના ભાગ છે. તેના વડે કાયમી આનંદ પ્રાપ્તિનું જ્ઞાન મેળવી શકાય છે.

શિક્ષણના ચાર ભાગોની સમજ :

વર્ણ - અક્ષર

સ્વર - વાણી, ઉચ્ચારણ

માત્રા - ભાગ - સમજવો.

સંહિતા - ઉપાસના

વિવેચન : જીવ સૃષ્ટિમાં મનુષ્ય સર્વ શ્રેષ્ઠ યોનિ છે. દરેક મનુષ્યની અંદર પોતાનો અનુભવ અન્ય સુધી પહોંચાડવાનો એક ભાવ હોય છે. આ કાર્ય માટે ભાષા માધ્યમ છે. આ ભાષા જો શુદ્ધ હોય તો વિચારો શ્રેષ્ઠ રીતે અન્ય સુધી પહોંચાડી શકાય. ઋષિના સમયમાં મુદ્રણકળા ન હોવાને કારણે જ્ઞાન કંઠસ્થ આપવામાં આવતું હતું ત્યારે તેમનો આગ્રહ શુદ્ધ ઉચ્ચારણ માટે હતો. તે માટે વર્ણ, સ્વર, માત્રા અને સંહિતાનું મહત્ત્વ હતું.

ત્રીજો અનુવાક

પાંચ પ્રકારની સંહિતા - ઉપાસના

સહ નૌ યશઃ । સહ નૌ બ્રહ્મવર્ચસમ્ । અથાતઃ સંહિતાયા ઉપનિષદં વ્યાખ્યાસ્યામઃ। પંચસ્વધિકરણેષુ । અધિલોકમધિ-જ્યૌતિષમધિવિધ-મમધિપ્રજમધ્યાત્મમ્ । તા મહાસંહિતા ઇત્યાચ-ક્ષતે । અથાધિલોકમ્ । પૃથિવી પૂર્વરૂપમ્ । દ્યૌરુત્તરરૂપમ્ । આકાશઃ સંધિઃ । વાયુઃ સંધાનમ્ । ઇત્યધિલોકમ્ ॥ ૧ ॥

શબ્દાર્થ : નૌ - અમારા (આચાર્ય અને શિષ્ય) બંનેનો, યશઃ - યશ, સહ - એક સાથે વધે (તથા), સહ એક સાથે જ, નૌ - અમારા બન્નેનું, બ્રહ્મવર્ચસમ્ - બ્રહ્મતેજ પણ વધે, અત - આ પ્રમાણે શુભ ઈચ્છા પ્રકટ કર્યા પછી, અતઃ - અહીંથી, (અમે) અધિલોકમ્ - લોકોના વિષયમાં, અધિજ્યૌતિષમ્ - જ્યોતિઓના વિષયમાં, અધિવિદ્યમ્ - વિદ્યાનાં વિષયમાં, અધિપ્રજમ્ - પ્રજાના વિષયમાં, (અને) અધ્યાત્મમ્ - શરીરના વિષયમાં, (આ પ્રમાણે), પંચસુ - પાંચ, અધિકરણષુ - સ્થાનોમાં, સંહિતાયા - સંહિતા - ના, ઉપનિષદમ્ વ્યાખ્યાસ્યામઃ - રહસ્યનું વર્ણન કરીશું, તાઃ - તે બધાંને, મહાસંહિતા -

મહાસંહિતા, **इति** - આ નામથી, **आचक्षते** - કહે છે; **अथ** - તેમનામાંની (આ પહેલી), **अधिलोकम्** - લોકવિષયક સંહિતા છે; **पृथिवी** - પૃથ્વી, **पूर्वरूपम्** - પૂર્વરૂપ (પૂર્વવર્ણ) છે, **द्यौ** - સ્વર્ગલોક, **उत्तर-रूपम्** - ઉત્તરરૂપ (પરવર્ણ) છે. **आकाशः** - આકાશ, **संधिः** - જોડાણથી બનેલું રૂપ (તથા), **वायुः** - વાયુ, **संधानम्** - બન્નેને જોડનારો છે, **इति** - આ પ્રમાણે (આ), **अधिलोकम्** - લોક વિષયક સંહિતાની ઉપાસના વિધિ પૂરી થઈ. ૧

ભાવાર્થ : અમે શિષ્ય અને આચાર્ય બંનેને સાથે સાથે યશ, બ્રહ્મતેજની પ્રાપ્તિ થાઓ, હવે આપણે પાંચ વર્ણોની વ્યાખ્યા કરીએ. અધિલોક (લોકના વિષયમાં), અધિજ્યોતિષ (જ્યોતિના વિષયમાં), અધિવિદ્યા (વિદ્યાના વિષયમાં), અધિપ્રજ (પ્રજાના વિષયમાં) અને અધ્યાત્મ (શરીરનાવિષયમાં) આ પાંચ અધિકરણ છે. પંડિતો એને મહાસંહિતા કહે છે. હવે અધિલોક દર્શનનું વર્ણન કરીએ. પૃથ્વી પૂર્વરૂપ છે, સ્વર્ગલોક ઉત્તરરૂપ છે, આકાશ સંધિ છે, વાયુ સંધાન છે.

વિવેચન : પરમાત્માએ મનુષ્ય તથા સમસ્ત જીવસૃષ્ટિ આનંદમાં રહે તે માટેની તમામ વ્યવસ્થાઓનું આયોજન કરેલ છે તેની સમજ આપવા માટે આ પાંચ અધિકરણ વર્ણવ્યા છે.

अथाधिज्यौतिषम् अग्निः पूर्वरूपम् । आदित्य उत्तररूपम् ।

आपः सन्धिः । वैद्युतः संधानम् । इत्यधिज्यौतिषम् ।। २ ।।

શબ્દાર્થ : **अथः** - હવે, **अधिज्यौतिषम्** - જ્યોતિવિષયક સંહિતાનું વર્ણન કરે છે; **अग्निः** - અગ્નિ, **पूर्वरूपम्** - પૂર્વરૂપ (પૂર્વવર્ણ) છે, **आदित्यः** - સૂર્ય, **उत्तररूपम्** - ઉત્તરરૂપ (પરવર્ણ) છે, **आपः** - જલ-મેઘ, **सन्धिः** - આ બન્નેની સંધિ જોડાણથી બનેલું રૂપ છે (અને), **वैद्युतः** - વીજળી, (એમનું) **संधानम्** - સંધાન (જોડવાનો હેતુ) છે, **इति** - આ પ્રમાણે, **अधिज्यौतिषम्** - જ્યોતિવિષયક સંહિતા કહેવામાં આવી છે.

ભાવાર્થ : એનાથી વિશેષ અધિજ્યોતિષ દર્શન કહેવાય છે. અગ્નિ પૂર્વરૂપ છે, સૂર્ય ઉત્તરરૂપ છે, જલ સંધિ છે, વિદ્યુત સંધાન છે. ગુરુ પૂર્વરૂપ છે, શિષ્ય ઉત્તરરૂપ છે, વિદ્યા સંધિ છે, ઉપદેશ સંધાન છે.

વિવેચન : પરમાત્માએ મનુષ્યને આનંદમાં રાખવા માટે કેટલીક વ્યવસ્થા ગોઠવી છે, તે માંહેની આ એક 'અધિજ્યોતિષ' છે. પરમાત્માએ તે માટે સૂર્યની રચના કરી છે, જેનાં કિરણો દ્વારા મનુષ્યને શક્તિ અને પ્રકાશ કેવી રીતે મળે તેનું સંધાન અહીં સમજાવ્યું છે. આપણને અગ્નિ, જળ અને વિદ્યુત સૂર્યને લીધે મળે છે.

અથાધિવિધમ્ । આચાર્યઃ પૂર્વરૂપમ્ । અन्तેવાસ્યુત્તररૂપમ્ ।
વિદ્યાસન્ધિઃ । પ્રવચનં સન્ધાનમ્ । ईત્યધિવિદ્યમ્ ॥ ૨ **A** ॥

શબ્દાર્થ : अथ - હવે, अધિવિद્यम् - વિદ્યાવિષયક સંહિતાનો આરંભ કરે છે. आचार्य - ગુરુ, पूर्वरूपम् - પહેલો વર્ણ છે, अन्तेवासी - સમીપમાં રહેનારો શિષ્ય, उत्तररूपम् - બીજો વર્ણ છે, विद्या - (બંનેના મળવાથી ઉત્પન્ન થયેલી) વિદ્યા, सन्धिः - મળેલું - જોડાયેલં રૂપ છે, प्रवचनम् - ગુરુએ આપેલો ઉપદેશ જ, सन्धानम् - જોડાણનો હેતુ છે, अધિવિद્यम् - આ પ્રમાણે (આ), - વિદ્યાવિષયક સંહિતા કહેવામાં આવી. ૨

વિવેચન : જ્ઞાની દ્વારા વિદ્યાર્થીને વિદ્યા અને ઉપદેશ મળે તેવી વ્યવસ્થા છે.

અથાધિપ્રજમ્ । માતા પૂર્વરૂપમ્ । પિતોત્તররૂપમ્ ।
પ્રજા સન્ધિઃ । પ્રજનનં સન્ધાનમ્ ईત્યધિપ્રજમ્ ॥ ૩ ॥

શબ્દાર્થ : अथ હવે, अધિપ્રजમ् - પ્રજાવિષયક સંહિતાનો આરંભ કરવામાં આવે છે, माता - માતા, पूर्वरूपम् - પૂર્વરૂપ (પૂર્વવર્ણ) છે, पिता - પિતા, उत्तररूपम् - ઉત્તરરૂપ (પરવર્ણ) છે, प्रजा - (તે બંનેના જોડાણથી ઉત્પન્ન) સંતાન, सन्धिः - સંધિ છે, (તથા) प्रजननम् - પ્રજનન (સંતાનને ઉત્પન્ન કરવા માટેનો અનુકૂળ વ્યાપાર), संधानम् - સંધાન (સંધિનું કારણ) છે, इति - આ પ્રમાણે (આ) अધિપ્રजમ् - પ્રજાવિષયક સંહિતા કહેવામાં આવી છે. ૩

ભાવાર્થ : માતા પૂર્વરૂપ છે, પિતા ઉત્તરરૂપ છે, પ્રજા સંધિ છે, પ્રજનન સંધાન છે.

વિવેચન : પરમાત્માએ મનુષ્યને આનંદમાં રાખવા માટે પ્રજોત્પત્તિની વ્યવસ્થા કરી છે. માતા-પિતાના સાયુજ્યથી સંતાન ઉત્પત્તિ થાય છે. આ પ્રજા વિષયક સંહિતા છે. પ્રજનન વ્યવસ્થાથી વંશ-વિસ્તાર થાય છે.

અથાધ્યાત્મમ્ । અઘરા હનુઃ પૂર્વરૂપમ્ । ઉત્તરા હનુરુત્તરરૂપમ્ । વાક્સન્ધિઃ । જિહ્વા સન્ધાનમ્ । ઇત્યધ્યાત્મમ્ ॥ ૩ **A** ॥

શબ્દાર્થ : અથ - હવે, અધ્યાત્મમ્ - અધ્યાત્મવિષયક સંહિતાનો આરંભ કરે છે, અઘરા હનુઃ - નીચેનું જડબું, પૂર્વરૂપમ્ - પૂર્વરૂપ (વર્ણ) છે, ઉત્તરા હનુઃ - ઉપરનું જડબું, ઉત્તરરૂપમ્ - બીજું રૂપ (વર્ણ) છે, વાક્ - (બન્નેના ભેગા થવાથી) વાણી, સન્ધિઃ - સંધિ છે (અને), જિહ્વા - જીભ, સન્ધાનમ્ - સંધાન (વાણીરૂપ સંધિની ઉત્પત્તિનું કારણ) છે, ઇતિ - આ પ્રમાણે (આ) અધ્યાત્મમ્ - અધ્યાત્મવિષયક સંહિતા કહેવામાં આવી.

ભાવાર્થ : નીચેનું જડબુ પૂર્વરૂપ છે, ઉપરનું જડબું ઉત્તરરૂપ છે, વાણી સંધિ છે, જીભ સંધાન છે.

વિવેચન : એક માત્ર મનુષ્ય જ વાણી દ્વારા પોતાના વિચારો સ્પષ્ટરૂપે વ્યકત કરી શકે છે. પરમાત્માએ તે માટે મનુષ્યને મુખમાં ઉચિત જડબાં અને જીભની વ્યવસ્થા આપી છે, જેનાથી વાણી ઉત્પન્ન થાય છે.

ઇતીમા મહાસઁહિતા । ય એવમેતા મહાસઁહિતા વ્યાખ્યાતા વેદ । સન્ધીયતે પ્રજયા પશુમિઃ । બ્રહ્મવર્ચસેનાન્નાધેન સુવર્ગ્યેણલોકેન ॥ ૪ ॥

શબ્દાર્થ : ઇતિ આ પ્રમાણે, ઈમાઃ - આ, મહાસંહિતા - પાંચ મહાસંહિતાઓ કહેવામાં આવી છે, યઃ - જે મનુષ્ય, એવમ્ - આ પ્રમાણે, એતાઃ - આ, વ્યારૂયાતાઃ - ઉપર કહેવામાં આવેલી, મહાસંહિતા - મહાસંહિતાઓને, વેદ - જાણી લે છે (તે) પ્રજયા - સંતાનથી, પશુમિઃ - પશુઓથી, બ્રહ્મવર્ચસેન - બ્રહ્મતેજથી, અન્નાઘેન - અન્ન વગેરે ભોગ્ય પદાર્થોથી (અને) સુવર્ગ્યેણ - સ્વર્ગરૂપ, લોકેન - લોકથી, સન્ધીયતે - સમ્પન્ન થઈ જાય છે.

જે વ્યક્તિ આ પાંચ મહાસંહિતાઓને જાણી લે છે તે સંતાનથી, પશુથી, બ્રહ્મતેજથી, અન્નથી અને સ્વર્ગલોકથી સંપન્ન થઈ જાય છે.

આ અનુવાકમાં શિક્ષણ માટે જરૂરી શબ્દોની વ્યાખ્યા અને વર્ણ આપવામાં આવે છે.

ભાવાર્થ : પરમાત્માએ દરેક જીવ આનંદમાં રહે તે માટે પાંચ પ્રકારની સુંદર વ્યવસ્થા કરી છે. તેમાં,

૧) અધિલોકની

૨) અધિજ્યોતની

૩) અધિવિદ્યાની

૪) અધિ પ્રજનનની અને

૫) અધિ આત્મ (વાણી) ની છે.

આ પાંચેય વ્યવસ્થાઓને આપણે પૃષ્ઠ પાંચ પર સમજી ચૂકયા છીએ.

આ પાંચ વ્યવસ્થા વડે ઋષિ ઉત્તમ જીવન કઈ રીતે જીવી શકાય તેનું અનુસંધાન સમજાવવા માગે છે.

આપણા આનંદને રોકતાં પરિબળોમાં મુખ્ય ભય અને અસંતોષ છે. જીવન જીવવા માટે જરૂરી સંસાધનોની આપણે જરાપણ ચિંતા ન કરીએ અને સ્વસ્થ રહીએ તે માટે ઋષિ પરમાત્માની વ્યવસ્થાઓનું સંધાન સમજાવે છે. પૃથ્વી, અંતરિક્ષ અને સૂર્ય વડે આપણને જરૂરી અન્ન, વસ્ત્ર, રહેઠાણ અને ઊર્જાના સ્રોત મળવાના છે. તે માટેનું જ્ઞાન પણ પરમાત્માએ આપેલું છે. અને આપણે આ જન્મ પછી (મૃત્યુ પછી) નવો જન્મ લઈએ તેની પણ વ્યવસ્થા પરમાત્માએ ગોઠવેલી છે.

જેવી રીતે ગુરુ પાસે વિદ્યા છે અને શિષ્યને તેની જરૂર છે જે ઉપદેશ દ્વારા ગુરુની વિદ્યા શિષ્ય સુધી પહોંચે છે તેવી જ રીતે સૂર્ય પાસે શક્તિ છે, તે જલ અને વીજળી દ્વારા અગ્નિ સ્વરૂપે જીવસૃષ્ટિને પ્રાપ્ત થાય છે.

ચોથો અનુવાક

શ્રી અને બુદ્ધિની કામનાવાળાઓ માટે જપ અને હોમ સંબંધી મંત્ર

યશ્છન્દસામૃષભો વિશ્વરૂપ: । છન્દોભ્યોઽધ્યમૃતાત્ સમ્બભૂવ ।
સ મેન્દ્રો મેધયા સ્પૃણોતુ । અમૃતસ્ય દેવ ધારણો ભૂયાસમ્ ।
શરીરં મે વિચર્ષણમ્ । જિહ્વા મે મધુમત્તમા । કર્ણાભ્યામ્ ભૂરિ વિશ્રુવમ્ ।
બ્રહ્મણ: કોશોઽસિ મેઘયા પિહિત: । શ્રુતં મે ગોપાય ॥ ૧ ॥

શબ્દાર્થ : ય: - જે, છન્દસામ્ - વેદોમાં, ઋષભ: - સર્વશ્રેષ્ઠ છે,
વિશ્વરૂપ: - સર્વરૂપ છે (અને), અમૃતાત્ - અમૃતસ્વરૂપ, છન્દોભ્ય: - વેદોથી,
અધિ - પ્રધાનરૂપમાં, સમ્બભૂવ - પ્રકટ થયેલ છે; સ: - તે (ઓંકારસ્વરૂપ),
ઇન્દ્ર: - સર્વનો સ્વામી (પરમેશ્વર), મા - મને, મેઘયા - ધારણાયુક્ત
બુદ્ધિથી, સ્પૃણોતુ - સંપન્ન કરે, દેવ - હે દેવ (હું આપની કૃપાથી), અમૃતસ્ય
ધારણ: - અમૃતમય પરમાત્માને (પોતાના હૃદયમાં) ધારણ કરનારો,
ભૂયાસમ્ - થાઉં, મે - મારું, શરીરમ્ - શરીર, વિચર્ષણમ્ - વિશેષ સ્ફૂર્તિવાળું
- સર્વ પ્રકારના રોગથી રહિત થાય (અને), મે - મેં મારી, જિહ્વા - જીભ;
મધુમત્તમા - અતિશય મધુમતી (મધુરભાષિણી - મીઠું બોલનારી); ભૂયાત્ -
થઈ જાય, કર્ણાભ્યામ્ - (હું) બન્ને કાનોથી, ભૂરિ - વધારે; વિશ્રુવમ્ -
સાંભળતો રહું, (હે પ્રણવ! તું) મેઘયા - લૌકિક બુદ્ધિથી, પિહિત: - ઢાંકેલો,
કોશનિધિ: - ખજાનો, અસિ - છે; (તું) મે - મારા, શ્રુતં ગોપાય - સાંભળેલા
ઉપદેશની રક્ષા કર.

ભાવાર્થ : વેદોમાં જે ઓંકારરૂપ છે તે મને પ્રસન્ન અથવા બલયુક્ત કરે, હે દેવ!
હું અમૃત તત્ત્વને ધારણ કરવાવાળો થાઉં, મારું શરીર વિચક્ષણ થાય, મારી
વાણી અત્યન્ત મધુર થાય, હું કાનોથી ખૂબ શ્રવણ કરું, હે ઓંકાર તમે બ્રહ્મના
કોષ છો, તમે મારી શ્રવણ કરેલ વિધાની રક્ષા કરો.

આવહન્તી વિતન્વાના કુર્વાણાચીરમાત્મન: । વાસાંસિ મમ્ ગાવશ્ચ ।
અન્નપાને ચ સર્વદા । તતો મે શ્રિયમાવહ । લોમશાં પશુભિ: સહ સ્વાહા ।૨ક।

શબ્દાર્થ : તતઃ - ત્યાર પછી (હવે ઐશ્વર્ય પ્રાપ્ત કરવાની રીત બતાવે છે હે દેવ !), - (યા શ્રીઃ) જે શ્રી, - મમ મારા, આત્મનઃ દ - પોતાને માટે, અચીરમ્ - તત્કાલ જ, વાસાંસિ - નાના પ્રકારનાં વસ્ત્ર, ચ - અને, ગાવઃ - ગાયો, ચ - તથા, અન્નપાને - ખાવાપીવાના પદાર્થ, સર્વદા - હંમેશાં, આવહન્તી - લાવી આપનારી, વિતન્વાના - તેમનો વિસ્તાર કરનારી, (તથા) કુર્વાણા - તેમને બનાવનારી છે, લોમશામ્ - રુંવાટાંવાળા - ઘેટાં, બકરાં વગેરે પશુઓથી યુક્ત, પશુભિઃ સહ - (તથા અન્ય) પશુઓ સહિત, (તામ્) શ્રિયમ્ - તે શ્રીને, મે - મારા માટે (તું), આવહ - લઈ આવ, સ્વાહા - સ્વાહા (આ જ ઉદ્દેશથી તને આ આહુતિ આપવામાં આવે છે.)

ભાવાર્થ : હવે ઐશ્વર્ય પ્રાપ્ત કરવાની રીત બતાવવામાં આવે છે. તેમાં ભગવાનને પ્રાર્થના કરવામાં આવે છે કે, મારા માટે પશુ-પક્ષી સહિત સમૃદ્ધિ લાવી આપો, મંત્રની પાછળ આવેલ સ્વાહા શબ્દ હવન માટે છે. અહીં હવન કરવાની વિધિ બતાવવામાં આવી છે.

વિવેચન : ઋષિ સુખી અને સમૃદ્ધ જીવનના પક્ષપાતી છે. મનુષ્ય પરમાત્મા પાસે ખાવા-પીવાની ઉત્તમ સામગ્રી, ઉત્તમ વસ્ત્રો અને ઐશ્વર્યપૂર્ણ સંસાધનો માટે પ્રાર્થના કરે છે અને તે મળી રહે તે માટે યજ્ઞ એટલે સકામ કર્મ કરે છે.

આ માયન્તુ બ્રહ્મચારિણઃ સ્વાહા । વિમાયન્તુ બ્રહ્મચારિણઃ સ્વાહા ।
પ્રમાયન્તુ બ્રહ્મચારિણઃ સ્વાહા । દમાયન્તુ બ્રહ્મચારિણઃ સ્વાહા ।
શમાયન્તુ બ્રહ્મચારિણઃ સ્વાહા ॥ ૨ ખ ॥

શબ્દાર્થ : બ્રહ્મચારિણઃ બ્રહ્મચારીઓ, મા - મારી પાસે, આયન્તુ - આવે, સ્વાહા - સ્વાહા (આ ઉદ્દેશથી આ આહુતિ અપાય છે), બ્રહ્મચારિણઃ બ્રહ્મચારીઓ, વિમયન્તુ - કપટરહિત થાય, સ્વાહા - સ્વાહા (આ ઉદ્દેશથી આ આહુતિ છે), બ્રહ્મચારિણઃ - બ્રહ્મચારીઓ, પ્રમાયન્તુ - પ્રામાણિક યથાર્થ જ્ઞાનને ગ્રહણ કરનારા થાય, સ્વાહા - સ્વાહા (આ ઉદ્દેશથી આ આહુતિ છે), બ્રહ્મચારિણઃ - બ્રહ્મચારીઓ, દમાયન્તુ - ઈન્દ્રિઓનું દમન કરનારા થાય,

સ્વાહા - સ્વાહા (આ ઉદ્દેશથી આ આહુતિ છે), **બ્રહ્મચારિણ:** - બ્રહ્મચારીઓ, **શમાયન્તુ** - મનને વશમાં કરનારા થાય, **સ્વાહા** - સ્વાહા (આ ઉદ્દેશથી આ આહુતિ છે). ૧, ૨

ભાવાર્થ : બ્રહ્મચારી લોકો મારી પાસે વિધા શીખવા આવે તેટલો હું સક્ષમ બનું. તેઓ મારા પ્રતિ નિષ્કપટ થાય, જ્ઞાન ધારણ કરે, ઈન્દ્રિયદમન કરે, મનોનિગ્રહ કરે.

યશો જનેऽસાનિ સ્વાહા । શ્રેયાન્ વસ્યસોऽસાનિ સ્વાહા ।

તં ત્વા ભગ પ્રવિશાનિ સ્વાહા । સ મા ભગ પ્રવિશ સ્વાહા ।

તસ્મિન્ સહસ્રશાખે નિ ભગાહં મૃજે સ્વાહા ॥ ૩ ક ॥

શબ્દાર્થ : જને - લોકમાં (હું), યશ: - યશસ્વી, અસાનિ - થાઉં, સ્વાહા - સ્વાહા, (આ ઉદ્દેશથી આ આહુતિ છે), **વસ્યસ:** - મોટા ધનવાનો કરતાં પણ, **શ્રેયાન્** - વધારે ધનવાન, અસાનિ - થઈ જાઉં, સ્વાહા - સ્વાહા (આ ઉદ્દેશથી આ આહુતિ છે), **ભગ** - હે ભગવન્, **તમ્ ત્વા** - તે આપમાં, **પ્રવિશાનિ** - હું પ્રવિષ્ટ થઈ જાઉં, સ્વાહા - સ્વાહા (આ ઉદ્દેશથી આ આહુતિ છે), **ભગ** - હે ભગવન્ ! સ: - તે (તું), મા - મારામાં, પ્રવિશ - પ્રવિષ્ટ થઈ જા, સ્વાહા - સ્વાહા (આ ઉદ્દેશથી આ આહુતિ છે), **ભગ** - હે ભગવન્, **તસ્મિન્ સહસ્રસાખે** - તે હજારો શાખાવાળામાં, **ત્વયિ** - તારામાં (ધ્યાન દ્વારા નિમગ્ન થઈને), અહમ્ - હું, નિમૃજે - પોતાને વિશુદ્ધ કરી લઉં, સ્વાહા - સ્વાહા (આ ઉદ્દેશથી આ આહુતિ છે).

ભાવાર્થ : હું લોકોમાં યશસ્વી થાઉં, અત્યંત પ્રશંસનીય અને ધનવાન થાઉં, હે ભગવન્ ! હું તારામાં પ્રવેશ કરું, તું મારામાં પ્રવેશ કર, સહસશાખાયુક્ત અનેક ભેદવાળા હું મારા પાપાચરણોનું શોધન કરું છું.

યથાપ: પ્રવતા યન્તિ યથા માસા અહર્જરમ્ ।

એવં માં બ્રહ્મચારિણો ધાતરાયન્તુ સર્વત: સ્વાહા ।

પ્રતિવેશોऽસિ પ્ર મા માહિ પ્ર મા પદ્યસ્વ ॥ ૩ ખ ॥

શબ્દાર્થ : યથા - જેવી રીતે, આપ: - (નદી વગેરેનાં) જળ, પ્રવતા

- નીચેના સ્થાન પર થઈને, **यन्ति** - સમુદ્રમાં વહી જાય છે; **यथा** - જેવી રીતે, **मासाः** - મહિનાઓ, **अहर्जरम्** - દિવસોનો અંત કરનાર સંવત્સરરૂપ કાળમાં, **(यन्ति)** - ચાલ્યા જાય છે, **धातः** - હે વિધાતા, **एवम्** - એવી જ રીતે, **माम्** - મારી પાસે, **सर्वतः** - બધી બાજુથી, **ब्रह्मचारिण** - બ્રહ્મચારીઓ, **आयन्तु** - આવે, **स्वाहा** - સ્વાહા (આ ઉદ્દેશથી આ આહુતિ છે) **प्रतिवेशः** - (તું) સર્વનું વિશ્રામસ્થાન, **असि** - છે, **मा** - મારા માટે, **प्रमाहि** - પોતાને પ્રકાશિત કર; **मा** - મને, **प्रपद्यस्व** - પ્રાપ્ત થઈ જા. ૩-ખ.

ભાવાર્થ : જે પ્રકારે પાણી નીચાણવાળા પ્રદેશ તરફ જાય છે એ પ્રકારે હે વિધાતા ! બ્રહ્મચારીલોકો બધી બાજુથી મારી પાસે આવે, તું આશ્રયસ્થાન છે, મારા પ્રતિ ભાસમાન છે, તું મને પ્રાપ્ત થા.

વિવેચન : પરબ્રહ્મ પરમાત્માની પ્રાપ્તિ માટે જરૂરી બુદ્ધિબળ, શારીરિકબળ પ્રાપ્ત કરવા માટે ૐ દ્વારા પ્રાર્થના કરવાનું બતાવવામાં આવ્યું છે. "હે પરમાત્મા મેં જે અભ્યાસ કર્યો છે તેની સમજ અને ભાવોને ધારણ કરવાની શક્તિ આપ. હું તે અનુસાર મારું જીવન બનાવું. મારા દ્વારા શ્રવણ કરેલ વિદ્યાની આપ રક્ષા કરો."

ઈન્દ્ર સમૃદ્ધિના દેવ છે જેથી ઋષિ ઈન્દ્ર પાસે વિચક્ષણ બુદ્ધિની માગણી કરે છે જેને લીધે ઐશ્વર્ય, વીર્ય, યશ અને શ્રીની પ્રાપ્તિ થાય તેમજ બ્રહ્મચારીઓ મારી પાસે આવે, હું તેમને જ્ઞાન આપું અને તેઓ ઈન્દ્રિયદમન અને મનોનિગ્રહ સહિત જ્ઞાન પ્રાપ્ત કરે. તેમણે જ્ઞાન દ્વારા મગજને શુદ્ધ કરી પરમાત્મા સાથે જોડી ધ્યાન ધરવું જોઈએ.

પાંચમો અનુવાક

વ્યાહતિરૂપ બ્રહ્મની ઉપાસના

भूर्भवः सुवरिति वा एतास्तिस्रो व्याहृतयः । तासामु ह स्मैतां चतुर्थीं माहाचमस्यः प्रवेदयते । मह इति । तद्ब्रह्म । स आत्मा । अङ्गान्यन्या

देवताः । भूरिति वा अयं लोकः भुव इत्यन्तरिक्षम् । सुवरित्यसौ लोकः ।
मह इत्यादित्यः । आदित्येन वाव सर्वे लोका महीयन्ते ॥ १ ॥

શબ્દાર્થ : भूः - ભૂ, भुवः - ભુવઃ, सुव - સ્વઃ, इति - આ પ્રમાણે,
एताः - આ, वै - પ્રસિદ્ધ, तिस्र - ત્રણ, व्याहतयः - વ્યાહતિઓ છે; तासाम्
- આ ત્રણેય કરતાં (જુદી); चतुर्थीम् - જે ચોથી વ્યાહતિ, मह; इति - 'મહ'
આ નામથી, ह - પ્રસિદ્ધ છે; एताम् - એને, माहाचमस्यः - મહાચમસના
પુત્રે; प्रवेदयते स्म - સર્વથી પ્રથમ જાણી હતી, तत् - તે ચોથી વ્યાહતિ જ,
ब्रह्म - બ્રહ્મ છે, सः - તે, आत्मा - ઉપર કહેલી વ્યાહતિઓનો આત્મા છે,
अन्याः - બીજા, देवताः - બધા દેવતાઓ, अङ्गानि - તેનાં અંગ છે; भू -
વ્યાહતિ, इति - વ્યાહતિ, वै - જ, अयम् लोकः - આ પૃથ્વીલોક છે, भुव -
ભુવ, - इति - આ, अन्तरिक्षम् - અંતરિક્ષલોક છે, सुवः - 'સ્વઃ' इति - આ,
आदित्यः - આદિત્ય-સૂર્ય છે, आदित्येन - (કારણ કે) આદિત્યથી, वाव - જ,
सर्वे - બધા, लोकाः - લોકો, महीयन्ते - વૃદ્ધિ પામે છે.

ભાવાર્થ :   ભૂઃ ભુવઃ અને સ્વઃ આ ત્રણ મંત્ર છે. તેમાં મહઃ આ ચોથા મંત્રને
જાણો. એ મહઃ જ બ્રહ્મ છે, એ જ આત્મા છે, અન્ય દેવતા એનાં અંગો છે,
'ભૂઃ' આ (પૃથ્વી) લોક છે, 'ભુવઃ' અંતરિક્ષલોક છે. મનુષ્ય તપ દ્વારા
સ્વર્ગલોક રચી શકે છે. આદિત્ય સૂર્ય છે અને એનાથી જ બધા વૃદ્ધિ પામે છે.

भूरिति वा अग्निः । भुव इति वायुः । सुवरित्यादित्यः ।
मह इति चन्द्रमाः । चन्द्रमसा वाव सर्वाणि ज्योतिꣿषि महीयन्ते
भूरिति वा ऋचः । भुव इति सामानि । सुवरिति यजूꣳषि ।
मह इति ब्रह्म । ब्रह्मणा वाव सर्वे वेदा महीयन्ते ॥ २ ॥

શબ્દાર્થ : भूः - 'ભૂઃ', इति - આ વ્યાહતિ, वै - જ, अग्निः - અગ્નિ
છે, भुवः - 'ભુવઃ', इति - આ, वायुः - વાયુ છે, सुवः - 'સ્વઃ', इति - આ,
आदित्यः - આદિત્ય છે, महः - 'મહઃ', इति - આ, चन्द्रमाः - ચન્દ્રમા છે;
(કારણ કે) चन्द्रमसा - ચન્દ્રમાંથી, वाव - જ, सर्वाणि - બધી, ज्योतीषे -

જ્યોતિઓ, મહીયન્તે - વૃદ્ધિ પામે છે; ભૂઃ - 'ભૂઃ' ઇતિ - આ વ્યાહૃતિ, વૈ - જ, ઋચઃ - ઋગ્વેદ છે; ભુવઃ - 'ભુવઃ', ઇતિ - આ, સામાનિ - સામવેદ છે, સુવઃ - 'સ્વઃ', યજૂંષિ - આ યજુર્વેદ છે, મહઃ - 'મહઃ', ઇતિ - આ બ્રહ્મ - બ્રહ્મ છે, (કારણ કે) બ્રહ્મણા - બ્રહ્મથી, વાવ - જ, સર્વે - બધા, વેદાઃ - વેદો, મહીયન્તે - વૃદ્ધિ પામે છે.

ભાવાર્થ : 'મહઃ' આદિત્ય છે, આદિત્યથી સમસ્ત લોક વૃદ્ધિને પ્રાપ્ત થાય છે, 'ભૂઃ' એ અગ્નિ છે, 'ભુવ' વાયુ છે, 'સ્વ' આદિત્ય છે તથા 'મહ' ચન્દ્રમા છે ચન્દ્રમાંથી સંપૂર્ણ જ્યોતિઓ વૃદ્ધિને પ્રાપ્ત થાય છે,

ભૂરિતિ વૈ પ્રાણઃ । ભુવ ઇત્યપાનઃ । સુવરિતિ વ્યાનઃ ।
મહ ઇત્યન્નમ્ અન્નેન વાવ સર્વે પ્રાણા મહીયન્તે ।
તા વા એતાશ્ચતસ્ત્રશ્ચતુર્ધા । ચતસ્ત્રશ્ચતસ્ત્રો વ્યાહૃતયઃ ।
તા યો વેદ સ વેદ બ્રહ્મ । સર્વેંઽસ્મૈ દેવા બલિમાવહન્તિ ॥ ૩ ॥

શબ્દાર્થ : ભૂઃ - 'ભૂઃ', ઇતિ - આ વ્યાહૃતિ, વૈ - જ, પ્રાણઃ - પ્રાણ છે, ભુવઃ - 'ભુવઃ', ઇતિ - આ, અપાન - અપાન છે, સુવઃ - 'સ્વઃ', ઇતિ - આ, વ્યાનઃ - વ્યાન છે, મહઃ - 'મહઃ', ઇતિ - આ, અન્નમ્ - અન્ન છે, (કારણ કે) અન્નેન - અન્નથી, વાવ - જ, સર્વે - બધા, પ્રાણો - પ્રાણો, મહીયન્તે - તૃપ્તિ પામે છે, તાઃ - તે, વૈ - જ, એતાઃ - આ, ચતસ્ત્રઃ - ચારે વ્યાહૃતિઓ, ચતુર્ધા - ચાર પ્રકારની છે, (તેથી જ) ચતસ્ત્રઃ - એક એક ના ચાર ચાર ભેદ હોવાથી કુલ સોળ, વ્યાહૃતયઃ - વ્યાહૃતિઓ છે, તાઃ - તેમને, યઃ - જે, વેદ - તત્ત્વથી જાણે છે, સઃ - તે, બ્રહ્મ - બ્રહ્મને, વેદ - જાણે છે, તસ્મૈ - આ બ્રહ્મવેત્તાને માટે, સર્વે - બધા, દેવાઃ - દેવતાઓ, બલિમ્ - ભેટ, આવહન્તિ - સમર્પણ કરે છે.

ભાવાર્થ : 'મહ' બ્રહ્મ છે, બ્રહ્મથી જ સમસ્ત જગત વૃદ્ધિને પ્રાપ્ત થાય છે. 'ભૂઃ' એ પ્રાણ છે, 'ભુવઃ' અપાન છે, 'સ્વઃ' વ્યાન છે તથા 'મહઃ' અન્ન છે, અન્નથી

સમસ્ત પ્રાણ વૃદ્ધિને પ્રાપ્ત થાય છે. જે એને જાણે છે એ બ્રહ્મને જાણે છે. સંપૂર્ણ દેવગણ એને બલિ સમર્પણ કરે છે.

બ્રહ્માંડની વ્યવસ્થા સમજાવતાં અદ્વૈત સિદ્ધાંતના અનુસંધાનમાં ઋષિ સમજાવે છે કે પૃથ્વી, અંતરિક્ષ અને સ્વર્ગલોક ત્રણેય પરમાત્મામાંથી જ (ભૂ:, ભૂવ:, સ્વ:) આવેલાં છે અને પરમાત્માના આધારે જ ટકી રહેલાં છે. જેવી રીતે પ્રાણ અન્નના આધારે ટકી રહ્યા છે તેવી જ રીતે વેદ પણ પરમાત્મામાંથી જ આવેલા છે અને શક્તિનો સ્રોત સૂર્ય અને તેના આધારે રહેલા ચંદ્ર, વાયુ અને અગ્નિ પણ પરમાત્મામાંથી આવેલા છે.

પરમાત્માના આ સ્વરૂપને જે જાણી લે છે તે દરેકને પ્રિય થાય છે અને તેનો દરેક આદર કરે છે.

છઠ્ઠો અનુવાક

બ્રહ્મની સાક્ષાત્ ઉપલબ્ધિનું સ્થાન : હૃદયાકાશનું વર્ણન

સ ય એષોઽન્તર્હૃદય આકાશ: । તસ્મિન્નયં પુરુષો મનોમય: ।
અમૃતો હિરણ્મય: ॥ ૧ ॥

શબ્દાર્થ : સ: - તે (પહેલાં બતાવવામાં આવેલું), ય: - જે એષ: - આ, અન્તર્હૃદયે - હૃદયની અંદર, આકાશ: - આકાશ છે, તસ્મિન્ - તેમાં, અયમ્ - આ, હિરણ્મય: - વિશુદ્ધ પ્રકાશસ્વરૂપ, અમૃત: - અવિનાશી, મનોમય: - મનોમય, પુરુષ: - પુરુષ (પરમેશ્વર) રહે છે.

ભાવાર્થ : આ હૃદયના મધ્યમાં સ્થિત આકાશ છે એમાં જ આ મનોમય અમૃતસ્વરૂપ હિરણ્યમય પુરુષ રહે છે, તેજ પરમાત્મા છે.

અન્તરેણ તાલુકે । ય એષ સ્તન ઇવાવલમ્બતે । સેન્દ્રયોનિ: ।
યત્રાસૌ કેશાન્તો વિવર્તતે । વ્યપોહ્ય શીર્ષકપાલે । ભૂરિત્યગ્નૌ પ્રતિતિષ્ઠતિ ।
ભુવ ઇતિ વાયૌ । સુવરિત્યાદિત્યે । મહ ઇતિ બ્રહ્મણિ ॥ ૨ ॥

શબ્દાર્થ : अन्तरेण तालुके - બન્ને તાળવાંઓની વચ્ચે, यः - જે, एषः - આ, स्तनः इव - સ્તનના જેવું, अवलम्बते - લટકી રહ્યું છે, - (तम् अपि अन्तरेण - તેની પણ અંદર), यत्र - જ્યાં, असौ - તે, केशान्तः - વાળનું મૂલસ્થાન (બ્રહ્મરન્ત્ર), विवर्ते - સ્થિત છે, (ત્યાં) शीर्षकपाले - માથાનાં બન્ને કપાલોને, व्यपोह्य - ભેદીને, (विनिःसृता या)- નીકળેલી જે સુષુમ્ણા નાડી છે, सा - તે, इन्द्रयोनिः - ઈંદ્રયોનિ (પરમાત્માની પ્રાપ્તિનું દ્વાર) છે (અંતકાલમાં સાધક), भूः इति - 'ભૂઃ' - આ વ્યાહૃતિના અર્થરૂપ, अग्नौ - અગ્નિમાં, प्रतितिष्ठति - સ્થિત થાય છે, भुवः इति - 'ભુવઃ' આ વ્યાહૃતિના અર્થરૂપ, वायौ - વાયુદેવતામાં સ્થિત થાય છે, (પછી) स्वः इति - 'સ્વઃ' આ વ્યાહૃતિના અર્થરૂપ, आदित्ये - સૂર્યમાં સ્થિત થાય છે, (ત્યાર પછી) महः इति - 'મહઃ' આ વ્યાહૃતિના અર્થસ્વરૂપ, ब्रह्मणि - બ્રહ્મમાં સ્થિત થાય છે.

ભાવાર્થ : તાળવાની મધ્યમાં સ્તન સમાન માંસખંડ લટકે છે જ્યાંથી કેશ (વાળ)નો મૂળભાગ અલગ થાય છે એ મૂર્ધપ્રદેશમાં મસ્તકના કપાળને વિદીર્ણ કરીને નીકળે છે એ ઇન્દ્રયોનિ (અર્થાત્ પરમાત્માની પ્રાપ્તિનો માર્ગ) છે આ પ્રકારે ઉપાસના કરવાવાળો પુરુષ પ્રાણપ્રયાણના સમયે માથાના વાળને છેદીને 'ભૂઃ' આ અગ્નિમાં સ્થિર થાય છે.

વિવેચન : મોઢામાં છેક ઉંડે, તાળવામાં એક માંસપિંડ લટકે છે, જેને આપણે કાકડો કહીએ છીએ. યોગીને ઉચ્ચ સ્થિતિમાં જ્યારે ખેચરી મુદ્રા સિદ્ધ થાય ત્યારે જીભ ત્યાં જઈને ઉપર તાળવામાં છેદ કરે છે, જેમાંથી અમૃત રસ ઝરે છે. સિદ્ધ યોગી, શ્રોત્રિય, અકામહત મહાપુરુષનું જ્યારે મૃત્યુ થાય ત્યારે તેમનો આત્મા સુષુમ્ણા નાડીમાં થઈને મસ્તકના બ્રહ્મરંધ્ર એટલે સહસ્ત્રાર ચક્રમાંથી બહાર નીકળે છે.

आप्नोति स्वाराज्यम् । आप्नोति मनसस्पतिम् ।
वाक्पतिश्चक्षुष्पतिः । श्रोत्रपतिर्विज्ञानपतिः । एतत्ततो भवति ॥ ૩ ॥

શબ્દાર્થ : *સ્વારાજ્યમ્* - (તે) સ્વારાજ્યને, *આપ્નોતિ* - પ્રાપ્ત કરી લે છે, *મનસસ્પતિમ્* - મનના સ્વામીને, *આપ્નોતિ* - પામે છે, *વાક્પતિઃ* (ભવતિ) - વાણીનો સ્વામી થઈ જાય છે, *ચક્ષુષ્પતિઃ* - નેત્રોનો સ્વામી, *શ્રોત્રપતિઃ* - કાનોનો સ્વામી, (અને) *વિજ્ઞાનપતિઃ* - વિજ્ઞાનનો સ્વામી થઈ જાય છે, *તતઃ* - તે પ્રથમ બતાવેલા સાધનથી, *એતત્* - આ ફળ, *ભવતિ* - થાય છે.

ભાવાર્થ : 'સ્વઃ' આ મંત્રનું ચિન્તન કરવાથી આદિત્યમાં તથા 'મહઃ'ની ઉપાસના કરવાથી બ્રહ્મમાં સ્થિત થઈ જવાય છે. આ પ્રકારે આ સ્વરાજ્ય પ્રાપ્ત કરી લે છે તથા મનના અધિપતિ બ્રહ્મને પામી લે છે.

આકાશશરીરં બ્રહ્મ । સત્યાત્મ પ્રાણારામં મન આનન્દમ્ ।
શાન્તિસમૃદ્ધમમૃતમ્ ઇતિ પ્રાચીનયોગ્યોપાસ્સ્વ ॥ ૪ ॥

શબ્દાર્થ : *બ્રહ્મ* - તે બ્રહ્મ, *આકાશશરીરમ્* - આકાશ જેવા શરીરવાળું, *સત્યાત્મ* - સત્તારૂપ, *પ્રાણારામમ્* - ઇંદ્રિય વગેરે સર્વ પ્રાણોને વિશ્રામ આપનારું, *મન આનન્દમ્* - મનને આનંદ આપનારું, *શાન્તિસમૃદ્ધમ્* - શાન્તિથી સમ્પન્ન, (તથા) *અમૃતમ્* - અવિનાશી છે, *ઇતિ* - એમ માનીને, *પ્રાચીનયોગ્ય* - હે પ્રાચીનયોગ્ય !, *ઉપાસ્સ્વ* - તું તેની ઉપાસના કર.

ભાવાર્થ : તે બ્રહ્મ આકાશ જેવા શરીરવાળા, સત્તાધીશ, સમસ્ત ઈન્દ્રિય અને પ્રાણને વિશ્રામ આપવાવાળા, મનને આનંદ આપવાવાળા, શાંતિથી સંપન્ન અને અવિનાશી છે એમ સમજીને તમે બ્રહ્મની ઉપાસના કરો.

વિવેચન : બ્રહ્મ સર્વસમર્થ છે, સર્વવ્યાપક છે, ઇન્દ્રિયોને વિરામ આપનાર છે, મનને આનંદ આપનાર છે, અખંડ શાંતિના ભંડાર છે. આવા પરબ્રહ્મ પરમેશ્વરને જે પોતાના હૃદયમાં પ્રત્યક્ષ જોતાં શીખી જાય છે (તેમની અનુભૂતિ કરે છે) તે મહાપુરુષ બ્રહ્મમય જીવન જીવીને જયારે શરીરનો ત્યાગ કરે છે ત્યારે તેમનો આત્મા સુષુમ્ણા નાડીમાં થઈને બ્રહ્મરંધ્ર દ્વારા બહાર નીકળી બ્રહ્મમાં લીન થઈ જાય છે.

આવા પરમાત્માની પ્રાપ્તિ માટે તેમના ચિંતન અને ધ્યાનમાં લાગી જવું જોઈએ.

સાતમો અનુવાક

પાંક્તરૂપથી બ્રહ્મની ઉપાસના

પૃથિવ્યન્તરિક્ષં દ્યૌર્દિશોઽવાન્તરદિશઃ । અગ્નિર્વાયુરાદિત્ય-શ્ચન્દ્રમા નક્ષત્રાણિ । આપ ઓષધયો વનસ્પતય આકાશ આત્મા । ઇત્યધિભૂતમ્ । અથાધ્યાત્મમ્। પ્રાણો વ્યાનોઽપાન ઉદાનઃ સમાનઃ । ચક્ષુઃ શ્રોત્રં મનોવાક્ ત્વક્ । ચર્મ માઁસઁસ્નાવાસ્થિ મજ્જા । એતદધિવિધાય ઋષિરવોચત્ । પાઙ્ક્ત વા ઇદઁસર્વમ્ । પાંક્તેનૈવ પાઙ્ક્તસ્પૃણોતીતિ ॥ ૧ ॥

શબ્દાર્થ : પૃથિવી - પૃથ્વીલોક, અન્તરિક્ષમ્ - અંતરિક્ષલોક, દ્યૌઃ - સ્વર્ગલોક, દિશઃ - દિશાઓ, અવાન્તરદિશઃ - દિશાઓની વચ્ચેના ખૂણાઓ (આ પાંચ લોકોની પંક્તિ છે), અગ્નિઃ - અગ્નિ, વાયુઃ - વાયુ, આદિત્યઃ - સૂર્ય, ચન્દ્રમાઃ - ચંદ્રમા, નક્ષત્રાણિ - (તથા) બધાં નક્ષત્રો (આ પાંચ જયોતિ સમુદાયની પંક્તિ છે), આપઃ - જળ, ઓષધયઃ - ઓષધિઓ, વનસ્પતયઃ - વનસ્પતિઓ, આકાશઃ - આકાશ, આત્મા - (તથા) એમનું સંઘાત સ્વરૂપ અન્નમય સ્થૂલશરીર (આ પાંચે મળીને સ્થૂલ પદાર્થોની પંક્તિ છે), ઇતિ - આ, અધિભૂતમ્ - આધિભૌતિક દૃષ્ટિથી વર્ણન થયું, અથ - હવે, અધ્યાત્મમ્ - આધ્યાત્મિક દૃષ્ટિથી બતાવે છે, પ્રાણઃ - પ્રાણ, વ્યાનઃ - વ્યાન, અપાનઃ - અપાન, ઉદાનઃ - ઉદાન, (અને), સમાનઃ - સમાન (આ પાંચે પ્રાણોની પંક્તિ છે) ચક્ષુઃ - ચક્ષુ-નેત્ર, શ્રોત્રમ્ - કાન, મનઃ - મન, વાક્ - વાણી, (અને), ત્વક્ - ત્વચા, (આ પાંચે કરણોની પંક્તિ છે), ચર્મ - ચર્મ, માંસમ્ - માંસ, સ્નાવા - નાડી, અસ્થિ - હાડકું, (અને), મજ્જા - મજ્જા (આ પાંચ શરીરગત ધાતુઓની પંક્તિ છે), એતત્ - આ (આ પ્રમાણે), અધિવિધાય - સારી રીતે કલ્પના કરીને, ઋષિઃ - ઋષિએ, અવોચત્ - કહ્યું; ઇદમ્ - આ, સર્વમ્ - બધું, વૈ - નિશ્ચય જ, પાઙ્ક્તમ્ - પાંક્ત (પંક્તિનો સમૂહ જ) છે,

पाङ्क्तेन एव पाङ्क्तम् - (સાધક) આ આધ્યાત્મિક પાંક્તથી જ બાહ્ય પાંક્તને અને બાહ્યથી અધ્યાત્મ પાંક્તને - પૂર્ણ કરે છે. ૧

ભાવાર્થ : પૃથ્વી, અંતરિક્ષ, ધુલોક, દિશાઓ અને અવાન્તર દિશાઓ, અગ્નિ, વાયુ, આદિત્ય, ચંદ્રમા અને નક્ષત્ર તથા જલ, ઔષધિ, વનસ્પતિ, આકાશ અને આત્મા એ અધિભૂત છે, હવે અધ્યાત્મયોગ બતાવે છે પ્રાણ, વ્યાન, અપાન, ઉદાન અને સમાન ચક્ષુ, શ્રોત્ર, મન, વાફ઼ અને ત્વચા તથા ચર્મ, માંસ, સ્નાયુ, અસ્થિ અને મજ્જા આ બધુ અધ્યાત્મયોગ છે. આ પ્રકાર પંચઉપાસનાનું વિધાન કરીને ઋષિએ કહ્યું આ બધું (સમષ્ટિ અને વ્યક્તિ) એક બીજાને પૂર્ણ કરે છે.

આધિભૂત - એટલે સમષ્ટિ (આપણા સિવાયનું વિશ્વ જેમાં પંચમહાભૂતમાંથી બનેલી પૃથ્વી, સૂર્ય, ચંદ્ર પ્રાણ વગેરે રહેલાં છે.)

આધિઆત્મ - એટલે વ્યષ્ટિ (આપણી અંદર રહેલું વિશ્વ જેમાં પાંચ પ્રાણ, પાંચ ઈન્દ્રિય, મન, બુદ્ધિ અને આત્મા વગેરે)

આ બન્ને આધિભૂત અને આધિઆત્મ એક બીજાનાં પૂરક છે. આત્મા એ પરમાત્માનો આવિર્ભાવ છે તે અંતઃકરણ દ્વારા જીવ બને છે અને આધિભૂતમાંથી પોતાનું શરીર બનાવે છે. તેને જીવન દરમ્યાન ટકાવે છે અને મૃત્યુ પછી તેનું શરીર સમષ્ટિમાં ભળી જાય છે. ટૂંકમાં વ્યષ્ટિ અને સમિષ્ટનું ઐકય છે. (અદ્વૈત છે).

આઠમો અનુવાક
ઓંકારની ઉપાસનાનું વિધાન

ओमिति ब्रह्म । ओमितीद૱ सर्वम् । ओमित्येतदनुकृतिर्ह स्म वा अप्यो श्रावयेत्याश्रावयन्ति । ओमिति सामानि गायन्ति । ओ૱शोमिति शस्त्राणि सं૱सन्ति । ओमित्यध्वर्युः प्रतिगरं प्रतिगृणाति । ओमिति ब्रह्मा प्रसौति । ओमित्यग्निहोत्रमनुजानाति । ओमिति ब्राह्मणः प्रवक्ष्यन्नाह ब्रह्मोपाप्नवानीति । ब्रह्मैवोपाप्नोति ॥ १ ॥

શબ્દાર્થ : ओम् ''ઓમ્'', इति - આ, ब्रह्म - બ્રહ્મ છે, ओम् - ''ઓમ્'', इति - જ, इदम् - આ પ્રત્યક્ષ જોવામાં આવતું, सर्वम् - સર્વ જગત છે, ओम् - ''ઓમ્'', इति - આ પ્રકારનો, एतत् - આ અક્ષર, ह - જ,- वै - નિશ્ચય, ॐसज्ञ=षत्र - અનુકૃતિ (અનુમોદન) છે, स्म - આ વાત પ્રસિદ્ધ છે, अपि - એ સિવાય, ओ - હે, आचार्य, - श्रावय - મને સંભળાવો; इति - એમ કહેવાથી, आश्रावयन्ति - (''ઓમ્'' એમ કહીને શિષ્યને) ઉપદેશ સંભળાવે છે, ओम् - ''ઓમ્'' वारु - ઘણું સારું - ઠીક, इति - આ પ્રમાણે (અનુમતિ આપીને), (सामगाः) - સામગાયક વિદ્વાન, सामानि - સામવેદ, गायन्ति - ગાય છે, ओम्शोम् - ''ઓમ્શોમ્'', इति - આમ બોલીને જ, शस्त्राणि - શસ્ત્રોને અર્થાત્ મંત્રોને, शंसन्ति - ભણે છે, ओम् - ''ઓમ્'', इति - આમ બોલીને, अध्वर्युः - અધ્વર્યુ નામક ઋત્વિક, प्रतिगरम् प्रतिगृणाति - પ્રતિગર મંત્રનો ઉચ્ચારણ કરે છે, ओम् - ''ઓમ્'', इति - એમ બોલીને, ब्रह्मा - બ્રહ્મા (ચોથો ઋત્વિક્), प्रसौति - અનુમતિ આપે છે, ओम् - ''ઓમ્'', इति - એમ બોલીને, अग्निहोत्रमड़ अनुजानाति - અગ્નિહોત્ર કરવાની આજ્ઞા આપે છે, प्रवक्ष्यन् - અધ્યયન કરવાને માટે તૈયાર, ब्राह्मणः - બ્રાહ્મણ, ओम् इति - પ્રથમ ઓમ્નું ઉચ્ચારણ કરીને, आह - બોલે છે, ब्रह्म - (હું) વેદને, उपाप्नवानि इति - પ્રાપ્ત કરું, ब्रह्म - (પછી તે) વેદને, एव - નિશ્ચય જ, उपाप्नोति - પ્રાપ્ત કરે છે. ૧

ભાવાર્થ : 'ૐ' આ શબ્દ બ્રહ્મ છે, કારણ કે 'ૐ' એ સર્વરૂપ છે, 'ૐ' એ સંમતિસૂચક સંકેત છે એવું પ્રસિદ્ધ છે. ''ઓ શ્રાવય'' એવું કહીને શ્રવણ કરાય છે. 'ૐ' શોમ્ એવું કહીને ગતિરહિત ઋચાઓનો પાઠ કરે છે. પ્રત્યેક કર્મ 'ૐ' નું ઉચ્ચારણ કરીને કરે છે. 'ૐ' કહીને બ્રહ્મા અનુજ્ઞા આપે છે, 'ૐ' કહીને અગ્નિહોત્રને આજ્ઞા આપે છે, વેદનું અધ્યયન કરવાવાળા બ્રાહ્મણ 'ૐ' ઉચ્ચારણ કરીને કહે છે હું બ્રહ્મને પ્રાપ્ત કરું, આમ એ બ્રહ્મને પ્રાપ્ત કરી લે છે.

વિવેચન : પરમાત્મા નિરાકાર અને સર્વવ્યાપક છે પણ તેમની ઓળખ માટે કોઈ નામ હોવું જોઈએ. વેદમાં પરમાત્માનું નામ ૐ તરીકે વર્ણવેલ છે. આ

ૐ માં અ .... ઉ .... મ્ માં દેખીતું વિશ્વ (બ્રહ્માંડ) અને આધિદૈવિક સ્વરૂપ પરમાત્મા આવી જાય છે. તેથી ૐ પરમાત્માનું નામ હોવાને કારણે પ્રત્યેક સત્કર્મમાં તેનાથી જ શરૂઆત કરવામાં આવે છે અને તેને સત્કર્મની સંમતિ સૂચક તરીકે લેવામાં આવે છે.

નવમો અનુવાક

ઋતં વગેરે શુભ કર્મો અવશ્ય કરવાં જોઈએ તેનું વિધાન

ઋતં ચ સ્વાધ્યાયપ્રવચને ચ । સત્યં ચ સ્વાધ્યાયપ્રવચને ચ । તપશ્ચ સ્વાધ્યાયપ્રવચને ચ । દમશ્ચ સ્વાધ્યાયપ્રવચને ચ । શમશ્ચ સ્વાધ્યાયપ્રવચને ચ । અગ્નયશ્ચ સ્વાધ્યાયપ્રવચને ચ । અગ્નિહોત્રં ચ સ્વાધ્યાયપ્રવચને ચ । અતિથયશ્ચ સ્વાધ્યાયપ્રવચને ચ । માનુષં ચ સ્વાધ્યાયપ્રવચને ચ । પ્રજા ચ સ્વાધ્યાયપ્રવચને ચ । પ્રજનશ્ચ સ્વાધ્યાયપ્રવચને ચ । પ્રજાતિશ્ચ સ્વાધ્યાયપ્રવચને ચ । સત્યમિતિ સત્યવચા રાથીતરઃ । તપ ઇતિ તપોનિત્યઃ પૌરુશિષ્ટિઃ । સ્વાધ્યાય પ્રવચને એવેતિ નાકો મૌદ્ગલ્યઃ । તદ્ધિ તપસ્તદ્ધિ તપઃ ॥ ૧ ॥

શબ્દાર્થ : ઋતમ્ - યથા યોગ્ય સદાચારનું પાલન, ચ - અને, સ્વાધ્યાયપ્રવચને ચ - શાસ્ત્રનું અધ્યયન-અધ્યાપન પણ (આ બધું અવશ્ય કરવું જોઈએ), સત્યમ્ - સત્ય ભાષણ, ચ - અને, સ્વાધ્યાયપ્રવચને ચ - વેદોનું ભણવું, - ભણાવવાનું પણ (સાથે સાથે કરવું), તપઃ - તપશ્ચર્યા, ચ - અને, સ્વાધ્યાયપ્રવચને ચ - વેદોનું ભણવું-ભણાવવાનું પણ (સાથે સાથે કરવું જોઈએ), દમઃ - ઈન્દ્રિયોનું દમન, ચ - અને, સ્વાધ્યાયપ્રવચને ચ - વેદોનું ભણવું - ભણાવવાનું પણ (સાથે સાથે કરવું જોઈએ), શમઃ - મનનો નિગ્રહ, ચ - અને, સ્વાધ્યાયપ્રવચને ચ - વેદોનું ભણવું ભણાવવું પણ (સાથે કરવું જોઈએ), અગ્નયઃ - અગ્નિઓનું ચયન, ચ - અને, સ્વાધ્યાયપ્રવચને ચ - વેદોનું ભણવું-ભણાવવાનું પણ (સાથે સાથે કરવું જોઈએ), અગ્નિહોત્રમ્ - અગ્નિહોત્ર, ચ - અને, સ્વાધ્યાયપ્રવચને ચ - વેદોનું ભણવું-ભણાવવાનું પણ (સાથે સાથે કરવું જોઈએ), અતિથયઃ - અતિથિઓની સેવા, ચ - અને

સ્વાધ્યાયપ્રવચને ચ - વેદોનું ભણવું-ભણાવવાનું પણ (સાથે સાથે કરવું જોઈએ), **માનુષમ્** - મનુષ્યોનું ઉચિત લૌકિ વ્યવહાર, **ચ** - અને સ્વાધ્યાયપ્રવચને **ચ** - વેદોનું ભણવું-ભણાવવાનું પણ (સાથે સાથે કરવું જોઈએ), **પ્રજા** - ગર્ભાધાન સંસ્કાર રૂપ કર્મ, **ચ** - અને સ્વાધ્યાયપ્રવચને ચ - વેદોનું ભણવું-ભણાવવાનું પણ (સાથે સાથે કરવું જોઈએ), **પ્રજનઃ** - શાસ્ત્રમાં કહ્યા પ્રમાણે સ્ત્રી સહવાસ, **ચ** - અને સ્વાધ્યાયપ્રવચને **ચ** - વેદોનું અધ્યયન - અધ્યાપન પણ (કરવું જોઈએ), **પ્રજાતિઃ** - કુટુમ્બ વૃદ્ધિનું કર્મ, **ચ** - અને, સ્વાધ્યાયપ્રવચને **ચ** - શાસ્ત્રનું ભણવું-ભણાવવાનું પણ (કરવું જોઈએ), **સત્યમ્** - સત્ય જ એમાં શ્રેષ્ઠ છે, **ઇતિ** - એમ, **રાથીતરઃ** - રથીતરનો પુત્ર, **સત્યવચાઃ** - સત્યવચા ઋષિ કહે છે, **તપઃ** - તપ જ સર્વશ્રેષ્ઠ છે, **ઇતિ** - એમ, **પૌરુશિષ્ટિ** - પુરુશિષ્ટનો પુત્ર, **તપોનિત્ય** - તપો નિત્ય નામના ઋષિ કહે છે, **સ્વાધ્યાય પ્રવચને એવ** - વેદનું અધ્યયન તથા અધ્યાપન જ સર્વશ્રેષ્ઠ છે, **ઇતિ** - એમ, **મૌદ્ગલ્યઃ** - મુદ્ગલના પુત્ર, **નાકઃ** - "નાક" મુનિ કહે છે, **હિ** - કારણ કે, **તત્** - તે જ, **તપઃ** - તપ છે, **તત્ હિ** - તે જ, **તપઃ** - તપ છે. ૧

ભાવાર્થ : સ્વાધ્યાય, અનુષ્ઠાન, ઇન્દ્રિય સંયમ, મનોનિગ્રહ, અગ્નિહોત્ર, અતિથિ સત્કાર, માનુષ કર્મ, પ્રજનન વગેરે જરૂરિયાત પ્રમાણે નિત્ય કરવાં જોઈએ. પરમાત્માને પામવા માટે આ તપસ્યા જરૂરી છે. જે છેલ્લા શ્વાસ સુધી ચાલુ રાખવાનું છે. તપ દ્વારા આત્મા જાગ્રત થાય છે.

<h2 style="text-align:center">દસમો અનુવાક</h2>

<h3 style="text-align:center">ત્રિશંકુનું વૈદિક પ્રવચન</h3>

અહં વૃક્ષસ્ય રેરિવા । કીર્તિઃ પૃષ્ઠં ગિરેરિવ । ઊર્ધ્વપવિત્રો વાજિનીવ સ્વમૃતમસ્મિ । દ્રવિણꣳ સવર્ચસમ્ । સુમેધા અમૃતોક્ષિતઃ । ઇતિ ત્રિશઙ્કોર્વેદાનુવચનમ્ ॥ ૧ ॥

શબ્દાર્થ : अहम् - હું, वृक्षस्य - સંસારવૃક્ષનો, रेरिवा - ઉચ્છેદ કરનારો છું, कीर्ति: - મારી કીર્તિ, गिरे: - પર્વતના, पृष्टम् इव - શિખરની જેમ ઉન્નત છે, वाजिनि - અન્નોત્પાદક શક્તિથી યુક્ત સૂર્યમાં, स्वमृतम् इव - જેવી રીતે ઉત્તમ અમૃત છે, તેવી જ રીતે હું પણ; ऊर्ध्वपवित्र: अस्मि - અતિશય પવિત્ર અમૃતસ્વરૂપ છું, (વળી હું), सवर्चसम् - પ્રકાશયુક્ત, द्रविणम् - ધનનો ભંડાર છું, अमृतोक्षित: - (પરમાનંદમય) અમૃતથી અભિષિંચિત (તથા), सुमेधा: - શ્રેષ્ઠ બુદ્ધિવાળો છું, इति - આ પ્રમાણે (આ), त्रिशङ्को: - ત્રિશંકુ ઋષિનું, वेदानुवचनम् - અનુભવેલું વૈદિક પ્રવચન છે. ૧

ભાવાર્થ : ઉપર પ્રમાણે અનુવાક - ૯ માં વર્ણવ્યા પ્રમાણે ઋષિનાં અનુભવ-યુક્ત આત્માનાં વચનો કહે છે કે, હું (આત્મા) સંસાર વૃક્ષનું છેદન કરનાર કીર્તિમાન, અમૃતમય, પ્રકાશમાન અને અમરણધર્મા છું. તેવું તેમના આત્માનું વચન છે. અને જેને બ્રહ્મજ્ઞાન થાય તેના આત્મામાંથી આ જ વચનો નીકળે.

અગિયારમો અનુવાક

વેદના અધ્યયન પછી શિષ્યને આચાર્યનો ઉપદેશ

वेदमनूच्याचार्योऽन्तेवासिनमनुशास्ति । सत्यं वद । धर्मं चर । स्वाध्यायान्मा प्रमद: । आचार्याय प्रियं धनमाहृत्य प्रजातन्तुं मा व्यवच्छेत्सी: । सत्यान्न प्रमदितव्यम् । धर्मान्न प्रमदितव्यम् । कुशलान्न प्रमदितव्यम् । भूत्यै न प्रमदितव्यम् स्वाध्यायप्रवचनाभ्यां न प्रमदितव्यम् । देवपितृकार्याभ्यां न प्रमदितव्यम् ॥ १ ॥

શબ્દાર્થ : वेदम् अनूच्य - વેદનું સારી રીતે અધ્યયન કરાવીને, आचार्य: - આચાર્ય, अन्तेवासिनम् - પોતાના આશ્રમમાં રહેનારા બ્રહ્મચારી વિદ્યાર્થીને, अनुशास्ति - શિખામણ આપે છે; सत्यम् वद - સાચું બોલ, धर्मम्

– ધર્મનું આચરણ કર, **સ્વાધ્યાયાત્** – સ્વાધ્યાયથી, **મા પ્રમદઃ** – કયારેય ચૂકીશ નહીં, **આવાચાર્યઃ** – આચાર્યને માટે, **પ્રિયમ્ ધનમ્** – દક્ષિણાના રૂપમાં આપવા ઈચ્છેલું ધન, **આહૃત્ય** – લાવીને (આપો ત્યાર પછી તેમની આજ્ઞાથી ગૃહસ્થ આશ્રમમાં પ્રવેશીને), **પ્રજાતન્તુમ્** – સંતાન પરંપરાને (ચાલુ રાખો, તેનો), **મા વ્યવચ્છેત્સી** – ઉચ્છેદ કરશો નહીં, **સત્યાત્** – (તમારે) સત્યથી; **ન પ્રમદિતવ્યમ્** – કયારેય ડગવું ન જોઈએ; **ધર્માત્** – ધર્મથી, **ન પ્રમદિતવ્યમ્** – ખસવું ન જોઈએ, **કુશલાત્** – શુભ કર્મોથી, **ન પ્રમદિતવ્યમ્** – કયારેય ચૂકવું ન જોઈએ; **ભૂત્યૈ** – ઉન્નતિનાં સાધનોથી; **ન પ્રમદિતવ્યમ્** – કયારેય ચૂકવું ન જોઈએ; **સ્વાધ્યાયપ્રવચનાભ્યામ્** – વેદના પઠન-પાઠનમાં, **ન પ્રમદિતવ્યમ્** – કયારેય ભૂલ ન કરવી જોઈએ, **દેવપિતૃકાર્યાભ્યામ્** – દેવકાર્ય અને પિતૃઓનાં કાર્યથી, – **ન પ્રમદિતવ્યમ્** કયારેય ચૂકવું જોઈએ નહીં.

ભાવાર્થ : વેદનું અધ્યયન કરાવ્યા પછી આચાર્યે શિષ્યને ઉપદેશ આપ્યો. સત્ય બોલ, ધર્મનું આચરણ કર, સ્વાધ્યાય માટે આળસ ન કર, આચાર્ય માટે મનવાંછિત ધન લાવીને આપ સંતાન પરમ્પરા ચાલુ રાખ. સત્યથી, ધર્મથી, આત્મરક્ષામાં ઉપયોગી કર્મમાં, ઐશ્વર્ય આપવાવાળા માંગલિક કર્મમાં, સ્વાધ્યાય અને પ્રવચન વગેરેમાં આળસ ન કરવી જોઈએ.

માતૃદેવો ભવ । પિતૃદેવો ભવ । આચાર્યદેવો ભવ । અતિથિદેવો ભવ ।
યાન્યનવદ્યાનિ કર્માણિ । તાનિ સેવિતવ્યાનિ । નોઇતરાણિ ।
યાન્યસ્માક૱ સુચરિતાનિ । તાનિ ત્વયોપાસ્યાનિ

નો ઇતરાણિ । યે કે ચાસ્મચ્છ્રેયા૱સો બ્રાહ્મણાઃ તેષાં ત્વયાઽઽસનેન
પ્રશ્વસિતવ્યમ્ । શ્રદ્ધયાઽદેયમ્ । અથશ્રદ્ધયાઽદેયમ્ । શ્રિયા દેયમ્ ।
હિયા દેયમ્ । ભિયા દેયમ્ । સંવિદા દેયમ્ ॥ ૨ ॥

શબ્દાર્થ : માતૃદેવઃ ભવ – તમે માતામાં દેવબુદ્ધિ રાખનારા બનો, પિતૃદેવઃ ભવ – પિતાને દેવરૂપ સમજનારા થાઓ; આચાર્યદેવઃ ભવ –

આચાર્યને દેવ રૂપ માનનારા બનો **અતિથિદેવ: ભવ** - અતિથિને દેવતુલ્ય માનનારા થાઓ, **યાનિ** - જે, **અનવદ્યાનિ** - નિર્દોષ **કર્માણિ** - કર્મો છે, **તાનિ** - તેમનું જ, **સેવિતવ્યાનિ** - સેવન કરવું જોઈએ, **ઇતરાણિ** - બીજાઓનું (બીજાં દોષયુકત) કર્મોનું, **નો** - કયારેય આચરણ ન કરવું જોઈએ, **અસ્માકમ્** - અમારાં (આચરણોમાંના પણ), **યાનિ** - જે, **સુચરિતાનિ** - સારાં આચરણ છે, **તાનિ** - તેમનું જ, **ત્વયા** - તમારે, **ઉપાસ્યાનિ** - સેવન કરવું જોઈએ, **ઇતરાણિ** - બીજાંઓનું, **નો** - કયારેય નહીં, **યે કે ચ** - જે કોઈપણ, **અસ્મત્** - અમારા કરતાં, **શ્રેયાંસ:** - શ્રેષ્ઠ (ગુરુજન તેમ જ), **બ્રાહ્મણા:** - બ્રાહ્મણો આવે, **તેષામ્** - તેમને, **ત્વયા** - તમારે, **આસનેન** - આસન આપીને, **પ્રશ્વસિતવ્યમ્** - વિશ્રામ આપવો જોઈએ, **શ્રદ્ધયા દેયમ્** - શ્રદ્ધાપૂર્વક દાન આપવું જોઈએ, **અશ્રદ્ધયા** - શ્રદ્ધા વિના, **અદેયમ્** - આપનું ન જોઈએ, **શ્રિયા દેયમ્** - આર્થિક સ્થિતિ પ્રમાણે આપવું જોઈએ, **હ્રિયા દેયમ્** - શરમથી ય આપવું જોઈએ, **ભિયા દેયમ્** - ભયથી પણ આપવું જોઈએ (અને) **સંવિદા દેયમ્** - (જે કાંઈ પણ આપવામાં આવે, તે બધું) વિવેકપૂર્વક આપવું જોઈએ.

ભાવાર્થ : પિતૃકાર્ય અને દેવકાર્યમાં આળસ ન કરવી જોઈએ. તુ માતા, પિતા, અચાર્ય અને અતિથિને દેવરૂપ સમજ. ફકત ઉત્તમ કર્મ કરો. ગુરુજનોના ઉત્તમ કર્મોનું જ અનુકરણ કરો.

જે કોઈ શ્રેષ્ઠ બ્રાહ્મણ છે એમને આસન આપવું જોઈએ. શ્રદ્ધાપૂર્વક આપવું જોઈએ, અશ્રદ્ધા પૂર્વક આપવું જોઈએ નહીં. આપણી શકિતઅનુસાર આપવું જોઈએ. ભયપૂર્વક આપવું જોઈએ નહીં, મૈત્રી વગેરે કાર્યના નિમિત્તથી આપવું જોઈએ. સંક્ષેપમાં પ્રભુકાર્યમાં પ્રવૃત્ત એવા પ્રત્યેક બ્રાહ્મણની કાળજી લેવી.

અથ યદિ તે કર્મવિચિકિત્સા વા વૃત્તવિચિકિત્સા વા સ્યાત્
યે તત્ર બ્રાહ્મણા: સંમર્શિન: યુક્તા આયુક્તા: । અલૂક્ષા ધર્મકામા: સ્યુ: ।
યથા તે તત્ર વર્તેરન્ । તથા તત્ર વર્તેથા: । અથાભ્યાખ્યાતેષુ ।
યે તત્ર બ્રહ્મણા: સંમર્શિન: । યુક્તા આયુક્તા: ।

અલૂક્ષા ધર્મકામાઃ સ્યુઃ । યથા તે તેષુ વર્તેરન્ । તથા તેષુ વર્તેથાઃ ।
એષ આદેશઃ । એષ ઉપદેશઃ । એષા વેદોપનિષત્ । એતદનુશાસનમ્
એવમુપાસિતવ્યમ્ । એવમુ ચૈતદુપાસ્યમ્ ॥ ૩ ॥

શબ્દાર્થ : **અથ** - તે પછી, **યદિ** - જો, **તે** - તમને, **કર્મવિચિકિત્સા** -
કર્તવ્યનો નિર્ણય કરવામાં કોઈ પ્રકારની શંકા હોય, **વા** - અથવા,
વૃત્તવિચિકિત્સા - સદાચારના વિષયમાં કોઈ શંકા, **વા** - કયારેક, **સ્યાત્** -
થઈ આવે તો, **તત્ર** - ત્યાં, **યે** - જે, **સમ્મર્શિનઃ** - ઉત્તમ વિચારવાળા, **યુક્તાઃ**
- સલાહ આપવામાં કુશળ, **આયુક્તાઃ** - કર્મ અને સદાચારમાં સારી પેઠે
લાગેલા, **અલૂક્ષાઃ** - સ્નિગ્ધ સ્વભાવવાળા - સુંવાળા સ્વભાવના, (તેમ જ)
ધર્મકામાઃ - કેવળ ધર્મના જ અભિલાષી, **બ્રાહ્મણાઃ** - બ્રાહ્મણો, **સ્યુઃ** - હોય,
તે - તેઓ, **યથા** - જેવી રીતે, **તત્ર** - તે કર્મ અને આચરણના ક્ષેત્રમાં, **વર્તેરન્**-
વર્તતા હોય, **તત્ર** - તે કર્મ અને આચરણના ક્ષેત્રમાં, **તથા** - તેવી જ રીતે,
વર્તેયાઃ - તમારે પણ વર્તવું જોઈએ, **અથ** - વળી જો, **અભ્યાખ્યાતેષુ** - કોઈ
દોષથી કલંકિત થયેલા માણસો સાથે વ્યવહાર કરવામાં (સંદેહ પેદા થઈ
આવે, તો પણ), **યે** - જેઓ, **તત્ર** - ત્યાં, - ઉત્તમ વિચારવાળા, **યુક્તાઃ** -
સલાહ આપવામાં કુશળ, **આયુક્તાઃ** - સર્વ પ્રકારથી યથાયોગ્ય સત્કર્મ અને
સદાચારમાં સારી રીતે લાગેલા, **અલૂક્ષાઃ** - બરછટ સ્વભાવના ન હોય તેવા,
ધર્મકામાઃ - ધર્મને ચાહનારા, **બ્રાહ્મણાઃ** - (વિદ્વાન) બ્રાહ્મણો, **સ્યુઃ** - હોય,
તે - તેઓ, **યથા** - જેવી રીતે, **તેષુ** - તેમની સાથે, **વર્તેરન્** - વર્તતા હોય, **તેષુ**
- તેમની સાથે, **તથા** - તેવી જ રીતે, **વર્તેથાઃ** - તમારે પણ વર્તવું જોઈએ,
એષઃ આદેશઃ - આ શાસ્ત્રની આજ્ઞા છે, **એષઃ ઉપદેશઃ** - આ જ (ગુરુજનોનો
પોતાના શિષ્યો અને પુત્રને માટે) ઉપદેશ છે, **એષા** આ જ, **વેદોપનિષત્** -
વેદોનું રહસ્ય છે, **ચ** - અને **એતત્** - આ જ, **અનુશાસનમ્** - પરંપરાગત
શિખામભણ છે, **એવમ્** - આ જ પ્રમાણે, **ઉપાસિતવ્યમ્** - તમારે વર્તવું જોઈએ,
એવમ્ - આ જ પ્રમાણે, **એતત્** - આ, **ઉપાસ્યમ્** - વર્તન કરવું - આચરણ કરવું.

ભાવાર્થ : વિચારશીલ, કર્મમાં નિયુક્ત, સરળ અને ધર્માભિલાષી બ્રાહ્મણ જે તે પ્રસંગમાં જેવો વ્યવહાર કરે એવો વ્યવહાર આપણે કરવો જોઈએ, આ આદેશ છે, વિધિ છે, આ ઉપદેશ છે, આ વેદનું રહસ્ય છે અને ઈશ્વરની આજ્ઞા છે.

વિવેચન : માણસે આનંદ પ્રાપ્ત કરવા માટે શું કરવું અને શું ન કરવું તેનું વિવેચન છે. જીવનમાં દરેકે સત્ય બોલવું, ધર્માચરણ કરવું, અનીતિનું ધન લેવું નહીં, આત્મરક્ષામાં ઉપયોગી કર્મ, માંગલિક કર્મ, સ્વાધ્યાય, પ્રવચન, સકામ કર્મ અને નિષ્કામ કર્મ જેવાં કાર્યોમાં આળસ કરવી નહીં.

શ્રેષ્ઠ વ્યક્તિઓનાં ઉત્તમ કર્મોનું જ અનુકરણ કરવું. તેમના દોષોની નકલ કરવી નહીં. શ્રદ્ધાપૂર્વક શક્તિ અનુસાર દાન આપવું, ડરથી કે કોઈ અપેક્ષાથી નહીં, આ વેદ વચન છે.

બારમો અનુવાક

શં નો મિત્રઃ શં વરુણઃ । શં નો ભવત્વર્યમા । શં ન ઇન્દ્રો બૃહસ્પતિઃ ।
શં નો વિષ્ણુરુરુક્રમઃ । નમો બ્રહ્મણે । નમસ્તે વાયો ।
ત્વમેવ પ્રત્યક્ષં બ્રહ્માસિ । ત્વામેવ પ્રત્યક્ષં બ્રહ્માવાદિષમ્ ।
ઋતમવાદિષમ્ । સત્યમવાદિષમ્ । તન્મામાવીત્ ।
તદ્વક્તારમાવીત્ । આવીન્મામ્ આવીદ્વક્તારમ્ ।
ૐ શાન્તિઃ ! ૐ શાન્તિઃ !! ૐ શાન્તિઃ !!! ॥ ૧ ॥

શબ્દાર્થ : ન - અમારા માટે; મિત્રઃ - (દિન અને પ્રાણના અધિષ્ઠાતા) મિત્ર દેવતા; શમ્ (ભવતુ) - કલ્યાણકારી થાઓ; (તથા) વરુણઃ - (રાત્રિ અને અપાનના અધિષ્ઠાતા) વરુણ પણ, શમ્ (ભવતુ) - કલ્યાણપ્રદ થાઓ, અર્યમા - (ચક્ષુ અને સૂર્યમંડળના અધિષ્ઠાતા) અર્યમા, નઃ - અમારા માટે, શમ્ (ભવતુ) - કલ્યાણમય થાઓ; ઇન્દ્રઃ - (બલ અને ભુજાઓના અધિષ્ઠાતા) ઇન્દ્ર, (તથા), બૃહસ્પતિ - (વાણી અને બુદ્ધિના અધિષ્ઠાતા) બૃહસ્પતિ, નઃ - અમારા માટે, શમ્ (ભવતુ) - શાન્તિ આપનારા થાઓ; ઉરુક્રમઃ -

ત્રિવિક્રમરૂપથી વિશાળ ડગવાળા; **વિષ્ણુઃ** - વિષ્ણુ (જેઓ પગના અધિષ્ઠાતા છે); **નઃ** - અમારા માટે; **શમ્ (ભવતુ)** - કલ્યાણમય થાઓ; **બ્રહ્મણે** - (ઉપર કહેલા બધા જ દેવતાઓના આત્મસ્વરૂપ) બ્રહ્મને, **નમઃ** - નમસ્કાર છે, **વાયો** - હે વાયુદેવ ! **તે** - તમને, **નમઃ** - નમસ્કાર છે, **ત્વમ્** - તમને, **એવ** - જ, **પ્રત્યક્ષમ્** પ્રત્યક્ષ, **બ્રહ્મ** - બ્રહ્મ, **અવાદિષમ્** - કહ્યા છે; **ઋતમ્** - (તમે ઋતના અધિષ્ઠાતા છો માટે મેં તમને) ઋત નામથી, **અવાદિષમ્** - પુકાર્યા છે; **સત્યમ્** - (તમે સત્યના અધિષ્ઠાતા છો તેથી મેં તમને) સત્ય નામથી, **અવાધિષમ્** - કહ્યા છે; **તત્** - તે (સર્વ-શક્તિમાન પરમેશ્વરે) **મામ આવીત્** - મારી રક્ષા કરી છે, **તત્** - તેણે, **વક્તારમ્ આવીત્** - વક્તાની-આચાર્યની રક્ષા કરી છે, **આવીત્ મામ્** - રક્ષા કરી છે મારી (અને), **આવીત્ વક્તારમ્** - રક્ષા કરી છે મારા આચાર્યની, **ૐ શાન્તિઃ** - ભગવાન શાન્તિસ્વરૂપ છે, **શાન્તિઃ** - શાન્તિસ્વરૂપ છે, **શાન્તિઃ** - શાન્તિસ્વરૂપ છે. ૧

ભાવાર્થ : મિત્ર સૂર્યદેવ, વરુણ, અર્યમા, ઇન્દ્ર તથા બુદ્ધિદાયક બૃહસ્પતિ દેવતા, વિષ્ણુ અમારે માટે સુખપ્રદ અને શાન્તિદાયક થાઓ. બ્રહ્મને અમારા પ્રણામ છે, હે વાયુ તમને નમસ્કાર છે, તમે જ પ્રત્યક્ષ બ્રહ્મ છો, તમને જ પ્રત્યક્ષ બ્રહ્મ કહીશ, કારણ કે શરીરથી થનારાં કાર્ય તમને જ આધીન છે એટલે તમને જ હું સત્ય કહીશ, તમે મારી રક્ષા કરો તથા બ્રહ્મને નિરૂપણ કરવાવાળા આચાર્યની રક્ષા કરો. આધિભૌતિક, આધ્યાત્મિક અને આધિદૈવિક આ ત્રણે પ્રકારના તાપોથી શાન્તિ થાઓ.

વિવેચન : પરમાત્માના વ્યકત સ્વરૂપ સૂર્ય દેવ, વરુણ, ઇન્દ્ર, બૃહસ્પતિ અને વિષ્ણુ મને શાંતિ પ્રદાન કરો. ઋષિ બ્રહ્મને પ્રણામ કરતાં કહે છે કે, જેવી રીતે વાયુ સર્વવ્યાપક છે તેવી રીતે પરમાત્મા પણ સર્વવ્યાપક છે. માટે વાયુને પ્રત્યક્ષ બ્રહ્મ તરીકે નમષ્કાર કરીને ઋષિ કહે છે કે, હું સત્ય જ બોલીશ, તમે મારી અને ગુરુની રક્ષા કરો.

બ્રહ્માનંદ વલ્લી - વલ્લી - ૨

પ્રથમ અનુવાક

શांતિપાઠઃ

ૐ સહ નાવવતુ । સહ નૌ ભુનક્તુ । સહ વીર્યં કરવાવહૈ ।
તેજસ્વિ નાવધીતમસ્તુ મા વિદ્વિષાવહૈ ।
ૐ શાન્તિઃ ! શાન્તિઃ !! શાન્તિઃ !!!

શબ્દાર્થ : ૐ - પૂર્ણબ્રહ્મ પરમાત્મન્ ! (આપ), નૌ - અમે બન્ને (ગુરુ-શિષ્ય)ની, સહ - સાથે સાથે, અવતુ - રક્ષા કરો, નૌ - અમે બન્નેનું, સહ - સાથે સાથે, ભુનક્તુ - પાલન કરો, સહ - અમે બન્ને સાથે સાથે જ, વીર્યમ્ - શક્તિ, કરવાવહૈ - પ્રાપ્ત કરીએ, નૌ - અમે બન્નેએ, અધીતમ્ - ભણેલી વિદ્યા, તેજસ્વિ - તેજોમયી, અસ્તુ - થાઓ, મા વિદ્વિષાવહૈ - અમે બન્ને પરસ્પર દ્વેષ ન કરીએ.

ભાવાર્થ : તે પરમાત્મા અમે આચાર્ય અને શિષ્ય બન્નેની સાથે સાથે રક્ષા કરે; અમારા બન્નેનું સાથે સાથે પાલન કરે; અમે બન્ને સાથે સાથે જ શક્તિ પ્રાપ્ત કરીએ. અમે બન્નેએ ભણેલી વિદ્યા તેજોમયી થાઓ. અમે બન્ને પરસ્પર દ્વેષ ન કરીએ. ત્રણે તાપની શાંતિ થાઓ.

બ્રહ્મવિદાપ્નોતિ પરમ્ । તદેષાભ્યુક્તા ॥ ૧-A ॥

શબ્દાર્થ : બ્રહ્મવિત્ - બ્રહ્મજ્ઞાની, પરમ્ - પરબ્રહ્મને, આપ્નોતિ - પ્રાપ્ત કરી લે છે, તત્ - તે જ ભાવને વ્યક્ત કરનારી, એષા - આ (શ્રુતિ), અભ્યુક્તા - કહેવામાં આવી છે.

ભાવાર્થ : બ્રહ્મવેત્તા પરમાત્માને પ્રાપ્ત કરી લે છે.

સત્યં જ્ઞાનમનન્તં બ્રહ્મ । યો વેદ નિહિતં ગુહાયાં પરમે વ્યોમન્ ।
સોઽશ્નુતે સર્વાન્ કામાન્ સહ બ્રહ્મણા વિપશ્ચિતેતિ ॥ ૧-B ॥

શબ્દાર્થ : બ્રહ્મ - બ્રહ્મ, સત્યમ્ - સત્ય, જ્ઞાનમ્ - જ્ઞાનસ્વરૂપ, (અને), અનન્તમ્ - અનંત છે, યઃ - જે માણસ, પરમે વ્યોમન્ - પરમવિશુદ્ધ આકાશમાં (રહેવા છતાં પણ), ગુહાયામ્ - પ્રાણીઓના હૃદયરૂપ ગુફામાં, નિહિતમ્ - છુપાયેલા (તે બ્રહ્મને), વેદ - જાણે છે, સઃ - તે, વિપશ્ચિતા - (તે) વિજ્ઞાનસ્વરૂપ, બ્રહ્મણા સહ - બ્રહ્મની સાથે, સર્વાન્ - બધા, કામાન્ અશ્નુતે - ભોગોનો અનુભવ કરે છે, ઇતિ - આ પ્રમાણે (આ ઋચા છે).

ભાવાર્થ : બ્રહ્મ સત્ય, જ્ઞાન સ્વરૂપ અને અનંત છે, જે પુરુષ અને બુદ્ધિપૂર્વક વ્યાપક હોવા છતાં પ્રાણીઓના હૃદય પ્રદેશમાં છુપાયેલા જાણે છે તે વિજ્ઞાનસ્વરૂપ બ્રહ્મની સાથે સમસ્ત ભોગોનો અનુભવ કરે છે.

તસ્માદા એતસ્માદાત્મન આકાશઃ સંભૂતઃ । આકાશાદ્વાયુઃ । વાયોરગ્નિઃ । અગ્નેરાપઃ । અદ્ભ્યઃ પૃથિવી । પૃથિવ્યા ઓષધયઃ । ઓષધીભ્યોઽન્નમ્ । અન્નાત્પુરુષઃ । સ વા એષ પુરુષોઽન્નરસમયઃ । તસ્યેદમેવ શિરઃ । અયં દક્ષિણઃ પક્ષઃ । અયમુત્તરઃ પક્ષઃ । આયમાત્મા । ઇદં પુચ્છં પ્રતિષ્ઠા । તદપ્યેષ શ્લોકો ભવતિ ॥ ૧-C ॥

શબ્દાર્થ : વૈ - નિશ્ચય જ, તસ્માત્ - (સર્વત્ર પ્રસિદ્ધ) તે, એતસ્માત્ - આ, આત્મનઃ - પરમાત્માભાંથી, (પહેલવહેલાં) આકાશઃ - આકાશ તત્ત્વ, સંભૂતઃ - ઉત્પન્ન થયું, આકાશાત્ - આકાશથી, વાયુઃ - વાયુ, વાયોઃ - વાયુથી, અગ્નિઃ - અગ્નિ, અગ્નેઃ - અગ્નિથી, આપઃ - જલ (અને), અદ્ભ્યઃ - જળતત્ત્વથી, પૃથિવી - પૃથ્વી તત્ત્વ ઉત્પન્ન થયું, પૃથિવ્યાઃ - પૃથ્વીથી, ઓષધયઃ - સર્વ ઔષધિઓ ઉત્પન્ન થઈ, ઓષધીભ્યઃ - ઔષધિઓથી, અન્નમ્ - અન્ન ઉત્પન્ન થયું, અન્નાત્ - અન્નથી જ, પુરુષઃ - (આ) મનુષ્ય શરીર ઉત્પન્ન થયું, સઃ - તે, એષઃ - આ, પુરુષઃ - મનુષ્ય શરીર, વૈ - નિશ્ચય જ, અન્નરસમયઃ - અન્નરસમય છે, તસ્ય - તેનું, ઇદમ્ - આ (પ્રત્યક્ષ દેખાતું માથું), એવ - જ, શિરઃ - (પક્ષીની કલ્પનામાં) માથું છે, અયમ્ - આ (જમણી ભુજા) જ, દક્ષિણઃ પક્ષઃ - જમણી પાંખ છે. અયમ્ - આ (ડાબી ભુજા) જ, ઉત્તરઃ પક્ષઃ - ડાબી પાંખ છે, અયમ્ - આ (શરીરનો મધ્યભાગ) જ, આત્મા

- પક્ષીના અંગનો મધ્યભાગ છે ('**मध्यं होषामङ्ग्ञानामात्मा**' આ શ્રુતિ પ્રમાણે શરીરનો મધ્યભાગ બધાં અંગોનો આત્મા છે), **इदम्** - આ (બન્ને પગ જ), **पुच्छम् प्रतिष्ठा** - પુચ્છ-પૂંછ તેમજ પ્રતિષ્ઠા છે, **तत् अपि** - તેના જ વિષયમાં, **एषः** - આ (આગળ કહેવામાં આવનારો), **श्लोकः** - શ્લોક, **भवति** - છે.

ભાવાર્થ : પરમાત્મા સૌ પ્રથમ આકાશ તત્ત્વ રૂપે વ્યકત થયા. તેમાંથી વાયુ, વાયુથી અગ્નિ, અગ્નિથી જલ અને જલથી પૃથ્વી તત્ત્વ રૂપે વ્યકત થયા. પૃથ્વીમાંથી ઔષધિઓ, ઔષધિમાંથી અન્ન અને અન્નમાંથી પ્રાણી શરીર પેદા થયું. શરીરનો મધ્યભાગ આત્મા છે. અને નીચેનો ભાગ પ્રતિષ્ઠા છે.

વિવેચન : (બ્રહ્મ સત્ય, જ્ઞાન, અનંત "સર્વવ્યાપક" સ્વરૂપ છે) પરમાત્મા સત્ય સ્વરૂપ છે. અહીં સત્યનો અર્થ નિત્ય સત્તા એમની જ છે એવો થાય છે. કોઈ કાળે તેમનો અભાવ થતો નથી અને તેઓ જ્ઞાન સ્વરૂપ છે એટલે તેમનામાં અજ્ઞાનનો લેશ માત્ર ભાવ નથી, તેઓ અનંત છે એટલે કાળની સીમાથી પર છે તેઓ સર્વ વ્યાપક હોવા છતાં સૌની હૃદય ગુફામાં પણ રહે છે. એવા પરમાત્માને સાધક તત્ત્વથી જાણી લે છે.

બ્રહ્માનંદ વલ્લીમાં આનંદનું માપ નક્કી કરતાં પહેલાં ઋષિ આનંદ પ્રાપ્તિ માટે જરૂરી શરતો સમજાવે છે, અને આ આનંદ આપણે જ પ્રાપ્ત કરવાનો હોવાથી સૌથી પહેલાં આપણે કોણ છીએ ? કેવી રીતે બન્યા ? શામાંથી બન્યા ? વગેરે સમજવા માટે પરમાત્મામાથી કેવી રીતે પંચમહાભૂતો બહાર આવ્યાં તે સ્પષ્ટ કરીને અન્નમય કોષનું બંધારણ સમજાવે છે. તેની સાથે જ ચૈતન્ય કેવી રીતે શરીરમાં સક્રિય થાય છે અને માણસ સમસ્ત પ્રાણીવર્ગથી શ્રેષ્ઠ કેવી રીતે બનેલો છે તે સમજાવે છે.

બીજો અનુવાક
અન્નનો મહિમા તથા પ્રાણમયકોશનું વર્ણન

અન્નાદ્વૈ પ્રજાઃ પ્રજાયન્તે । યાઃ કાશ્ચ પૃથિવીꣳશ્રિતાઃ । અથો અન્નેનૈવ જીવન્તિ । અથૈનદપિ યન્ત્યન્તતઃ । અન્નꣳહિ ભૂતાનામ્ જ્યેષ્ઠમ્ ।

તસ્માત્સર્વૌષધમુચ્યતે । સર્વં વૈ તેઽન્નમાપ્નુવન્તિ યેઽન્નં બ્રહ્મોપાસતે ।
અન્ન૱હિ ભૂતાનામ્ જ્યેષ્ઠમ્ । તસ્માત્સર્વૌષધમુચ્યતે ।
અન્નાદ્ભૂતાનિ જાયન્તે । જાતાન્યન્નેન વર્ધન્તે ।
અદ્યતેઽત્તિ ચ ભૂતાનિ । તસ્માદન્નં તદુચ્યત ઇતિ ॥ ૧ ॥

શબ્દાર્થ : પૃથિવીમ્ - પૃથ્વીલોકનો આશ્રય લઈને રહેનારા, યાઃ કાઃ
ચ - જે કોઈ પણ, પ્રજાઃ - પ્રાણીઓ છે (તે બધાં), અન્નાત્ - અન્નથી, વૈ
- જ, પ્રજાયન્તે - ઉત્પન્ન થાય છે, અથ - પછી, અન્નેન એવ - અન્નથી જ,
જીવન્તિ - જીવે છે, અથ - તે પછી, અન્તતઃ - છેવટે, એનત્ અપિ - આ
અન્નમાં જ, યન્તિ - વિલીન થઈ જાય છે, અન્નમ્ - (માટે) અન્ન, હિ - જ,
ભૂતાનામ્ - સર્વ ભૂતોમાં, જયેષ્ઠમ્ - શ્રેષ્ઠ છે, તસ્માત્ - માટે (આ), સર્વૌષધમ્
- સર્વૌષધરૂપ, ઉચ્યતે - કહેવાય છે, યે - જે સાધકો, અન્નમ્ બ્રહ્મ - અન્નની
બ્રહ્મભાવથી, ઉપાસતે - ઉપાસના કરે છે, વૈ - તેઓ અવશ્ય જ, સર્વમ્ -
સઘળા, અન્નમ્ - અન્નને, આપ્નુવન્તિ - પ્રાપ્ત કરી લે છે, હિ - કારણ કે,
અન્નમ્ - અન્ન જ, ભૂતાનામ્ - ભૂતોમાં, જ્યેષ્ઠમ્ - શ્રેષ્ઠ છે, તસ્માત્ - તેથી,
સર્વૌષધમ્ - (આ) સર્વૌષધ નામથી, ઉચ્યતે - કહેવામાં આવે છે, અન્નાત્ -
અન્નથી જ, ભૂતાનિ - સર્વ પ્રાણીઓ, જાયન્તે - ઉત્પન્ન થાય છે, જાતાનિ -
ઉત્પન્ન થઈને, અન્નેન - અન્નથી જ, વર્ધન્તે - વધે છે, તત્ - તે, અદ્યતે -
(પ્રાણીઓ દ્વારા) ખવાય છે, ચ - તથા, ભૂતાનિ - (પોતે અન્ન પણ)
પ્રાણીઓને, અત્તિ - ખાય છે, તસ્માત્ - તેથી, અન્નમ્ - અન્ન, ઇતિ - આ
નામથી, ઉચ્યતે - કહેવાય છે.

ભાવાર્થ : દરેક પ્રાણી અન્નમાંથી જ જીવન મેળવે છે, અને અન્નમાં જ
વિલીન થઈ જાય છે. જે અન્નની બ્રહ્મભાવે ઉપાસના કરે છે, તે અન્નને પ્રાપ્ત
કરી લે છે. આનંદમાં રહેવા માટે તંદુરસ્ત શરીર જરૂરી છે. તે માટે અન્ન જરૂરી છે.

તસ્માદ્વા એતસ્માદન્નરસમયાદન્યોઽન્તર આત્મા પ્રાણમયઃ । તેનૈષ પૂર્ણઃ ।
સ વા એષ પુરુષવિધ એવ । તસ્ય પુરુષવિધતામન્વયં પુરુષવિધઃ । તસ્ય

પ્રાણ એવ શિરઃ । વ્યાનો દક્ષિણઃ પક્ષઃ । અપાન ઉત્તરઃ પક્ષઃ । આકાશ આત્મા । પૃથિવી પુચ્છં પ્રતિષ્ઠા । તદપ્યેષ શ્લોકો ભવતિ ॥ ૨ ॥

શબ્દાર્થ : વૈ - નિશ્ચય જ, તસ્માત્ એતસ્માત્ અન્નરસમયાત્ - તે આ અન્નરસમય શરીરથી, અન્યઃ - ભિન્ન, અન્તરઃ - તેની અંદર રહેનારો, પ્રાણમયઃ આત્મા - પ્રાણમય પુરુષ છે, તેન - તેનાથી, એષઃ - આ (અન્નરસમય પુરુષ), પૂર્ણઃ - વ્યાપ્ત છે, સઃ - તે, એષઃ - આ પ્રાણમય આત્મા, વૈ - નિશ્ચય જ, પુરુષવિધઃ એવ - પુરુષના આકારનો જ છે, તસ્ય - તે (અન્નરસમય) આત્માની, પુરુષવિધતામ્ - પુરુષ તુલ્ય આકૃતિમાં, અનુ - અનુગત (વ્યાપ્ત) હોવાથી જ, અયમ્ - આ, પુરુષવિધઃ - પુરુષના આકારનો છે, તસ્ય - તે (પ્રાણમય આત્મા) નો, પ્રાણઃ - પ્રાણ, એવ - જ, શિરઃ - (જાણે કે) શિર છે, વ્યાનઃ - વ્યાન, દક્ષિણઃ - જમણી, પક્ષઃ - પાંખ છે, અપાનઃ - અપાન, ઉત્તરઃ - ડાબી, પક્ષઃ - પાંખ છે, આકાશઃ - આકાશ, આત્મા - શરીરનો મધ્યભાગ છે, (અને) પૃથિવી - પૃથ્વી, પુચ્છમ્ - પૂંછ, (તેમજ) પ્રતિષ્ઠા - આધાર છે, તત્ - તે પ્રાણ (નો મહિમા) ના વિષયમાં, અપિ - પણ, એષઃ - આ આગળ બતાવવામાં આવનારો, શ્લોકઃ ભવતિ - શ્લોક છે.

ભાવાર્થ : અન્ન રસમય મનુષ્ય શરીરની અંદર રહેવાવાળો પ્રાણમય આત્મા મનુષ્યથી ભિન્ન છે, પ્રાણ તેનું માથું છે, વ્યાન દક્ષિણ પાંખ છે, અપાન ઉત્તર પાંખ છે, આકાશ મધ્ય ભાગ છે, પૃથ્વી પ્રતિષ્ઠા છે.

વિવેચન : આપણા જન્મથી મૃત્યુ સુધી આપણી સાથે શરીર રહે છે માટે તેનું મહત્ત્વ ઓછું આંકી શકાય નહીં. શરીર અન્ન પર ટકેલું છે જેથી આપણે અન્ન વગર જીવી પણ શકીએ નહીં તેમજ ભૂખ્યા પેટે આનંદ પણ પ્રાપ્ત ન કરી શકીએ. તેથી આનંદ પ્રાપ્તિ માટે અન્ન (ભૌતિક પદાર્થો) પ્રથમ પગથિયું છે. આપણું શરીર પંચમહાભૂતમાંથી બનેલું છે અને આ અન્નમય કોષ (સ્થૂળ શરીર) નો આત્મા પ્રાણ છે અને તે વ્યાન અને અપાન રૂપે શરીરમાં વ્યાપ્ત છે. પ્રાણ વગર અન્નમય કોષ ટકી ન શકે. આટલું જે જાણી લે છે તે બ્રહ્મને પ્રાપ્ત કરી લે છે.

ત્રીજો અનુવાક

પ્રાણનો મહિમા અને મનોમય કોષનું વર્ણન

પ્રાણં દેવા અનુ પ્રાણન્તિ । મનુષ્યાઃ પશવશ્ચ યે । પ્રાણો હિ ભૂતાનામાયુઃ ।
તસ્માત્સર્વાયુષમુચ્યતે । સર્વમેવ ત આયુર્યન્તિ યે પ્રાણં બ્રહ્મોપાસતે ।
પ્રાણો હિ ભૂતાનામાયુઃ । તસ્માત્સર્વાયુષમુચ્યત ઇતિ ।
તસ્યૈષ એવ શારીર આત્મા યઃ પૂર્વસ્ય ॥ ૧ ॥

શબ્દાર્થ : યે - જે જે, દેવાઃ - દેવતા, મનુષ્યાઃ - મનુષ્યો, ચ - અને,
પશવઃ - પશુ વગેરે પ્રાણીઓ છે, (તે) - તેઓ, પ્રાણમ્ - પ્રાણને અનુસરીને
જ, પ્રાણન્તિ - ચેષ્ટા કરે છે એટલે કે જીવતા રહે છે; હિ - કારણ કે, પ્રાણઃ
- પ્રાણ જ, ભૂતાનામ્ - પ્રાણીઓનું, આયુઃ - આયુષ્ય છે, તસ્માત્ - તેથી (આ
પ્રાણ), સર્વાયુષમ્ - બધાનું આયુષ્ય, ઉચ્યતે - કહેવાય છે, પ્રાણઃ - પ્રાણ, હિ
- જ, ભૂતાનામ્ - પ્રાણીઓનું, આયુઃ - આયુષ્ય જીવન છે, તસ્માત્ - તેથી
(તે), સર્વાયુષમ્ - સર્વેનું આયુષ્ય, ઉચ્યતે - કહેવાય છે, ઇતિ - એમ માનીને,
યે - જે કોઈ, પ્રાણમ્ - પ્રાણની, બ્રહ્મ - બ્રહ્મ સ્વરૂપે ઉપાસના કરે છે, ઉપાસતે
તે - તેઓ, સર્વમ્ એવ - બધા જ, આયુઃ - આયુષ્યને, યન્તિ - પ્રાપ્ત કરી લે
છે, તસ્ય - તેનો, એષઃ - આ જ, શારીરઃ - શરીરમાં રહેનારો, આત્મા -
અંતરાત્મા છે, યઃ - જે, પૂર્વસ્ય - પ્રથમના અર્થાત્ અન્ન-રસમય શરીરનો
અંતરાત્મા છે.

ભાવાર્થ : પ્રાણ જ પ્રાણીઓનું જીવન છે એટલે સર્વાયુષ કહેવાય છે. જે પ્રાણની
બ્રહ્મસ્વરૂપ ઉપાસના કરે છે તે પૂર્ણ આયુને પ્રાપ્ત કરે છે. આ અન્નમય કોષનો
આ જ દેહસ્થિત આત્મા છે એના દ્વારા એ પૂર્ણ છે.

તસ્માદ્વા એતસ્માત્પ્રાણમયાદન્યોઽન્યોઽન્તર આત્મા મનોમયઃ ।
તેનૈષ પૂર્ણઃ । સ વા એષ પુરુષવિધ એવ । તસ્ય પુરુષવિધતામન્વયં
પુરુષવિધઃ । તસ્ય યજુરેવ શિરઃ । ઋગ્દક્ષિણઃ પક્ષઃ ।

સામોત્તરઃ પક્ષઃ । આદેશ આત્મા । અથર્વાઙ્ગિરસઃ પુચ્છં પ્રતિષ્ઠા ।
તદપ્યેષ શ્લોકો ભવતિ ॥ ૨ ॥

શબ્દાર્થ : **વૈ** - આ નિશ્ચિત છે કે, **તસ્માત્ એતસ્માત્ પ્રાણમયાત્** - તે આ પ્રાણમય પુરુષથી, **અન્યઃ** - ભિન્ન, **અન્તરઃ** - તેની ભીતર રહેનારો, **મનોમયઃ** - મનોમય, **આત્મા** - આત્મા (પુરુષ) છે, **તેન** - તે મનોમય આત્માથી, **એષ** - આ પ્રાણમય શરીર, **પૂર્ણઃ** - વ્યાપ્ત છે, **સ** - તે, **એષઃ** - આ મનોમય આત્મા, **વૈ** - નિશ્ચય જ, **પુરુષવિધઃ** - પુરુષના આકારનો, **એવ** - જ છે, **તસ્યે** - તેની, **પુરુષવિધતામ્ અનુ** - પુરુષ તુલ્ય આકૃતિમાં વ્યાપ્ત હોવાથી જ, **અયમ્** - આ મનોમય આત્મા પુરુષના આકારનો છે, **તસ્ય** - તે (મનોમય પુરુષ) નું, **યજુઃ** - યજુર્વેદ, **એવ** - જ, **શિરઃ** - (જાણે કે) શિર-માથું છે, **ઋક્** - ઋગ્વેદ, **દક્ષિણઃ** - જમણી, **પક્ષઃ** - પાંખ છે, **સામ** - સામવેદ, **ઉત્તરઃ** - ડાબી, **પક્ષઃ** - પાંખ છે, **આદેશઃ** - આદેશ (વિધિવાક્ય), **આત્મા** - શરીરનો મધ્યભાગ છે, **અથર્વાઙ્ગિરસઃ** - અથર્વા અને અંગિરા ઋષિ દ્વારા જોવામાં આવેલા અથર્વવેદના મંત્ર જ, **પુચ્છમ્** - પુચ્છ (તેમ જ), **પ્રતિષ્ઠા** - આધાર છે, **તત્** - તેનો મહિમાના વિષયમાં, **અપિ** - પણ, **એષઃ** - આ આગળ કહેવામાં આવનારો, **શ્લોકઃ ભવતિ** - શ્લોક છે.

ભાવાર્થ : આ એ જ મનોમય કોષ છે, એ પ્રાણમય કોષના પુરુષાકારતા અનુસાર એ પણ પુરુષાકાર છે યજુઃ જ એનું માથું છે. ઋક્ દક્ષિણ પક્ષ છે, સામ ઉત્તર પક્ષ છે, આદેશ આત્મા છે તથા અથર્વાઙ્ગિરસ પ્રતિષ્ઠા છે.

વિવેચન : પ્રાણ આપણું જીવન છે અને શરીરની અંદર પ્રાણ વિવિધરૂપે વ્યાપ્ત રહીને જરૂરી તત્ત્વોનું શરીરમાં વહન કરે છે. તેથી પ્રાણ એ અન્નમય કોષનો આત્મા છે. તેમજ અન્નમય કોષને (સ્થૂળ શરીરને) તંદુરસ્ત રાખવા માટે પ્રાણની બ્રહ્મરૂપે ઉપાસના કરવી જોઈએ. અર્થાત્ પ્રાણનું નિયમન કરતાં શીખવું જોઈએ અને પ્રાણના કાર્યમાં આપણે મદદરૂપ થવું જોઈએ.

પ્રાણના બે ભાગ કરી શકાય. એક ભાગ જે આપણું જીવન તત્ત્વ છે

જે મૃત્યુ પછી જીવનું વહન કરે છે. જયારે બીજો ભાગ જે જીવન દરમ્યાન અન્નમય કોષને જરૂરી તત્ત્વો પહોંચાડવાનું કાર્ય કરે છે. આ કારણથી જ યોગ શાસ્ત્રમાં પ્રાણાયામનું મહત્ત્વ દર્શાવવામાં આવેલું છે.

પ્રાણમય કોષનો આત્મા મન છે. કારણ કે પ્રાણના નિયમનમાં મન અગત્યનો ભાગ ભજવે છે. મન જેમ ચંચળ થાય તેમ પ્રાણની ગતિ વધી જાય અને મન જેમ સ્થિર થતું જાય તેમ પ્રાણ નિયમનમાં આવતો જાય છે. આ મનનો નિગ્રહ કેવી રીતે થાય ? તેના માટે વેદ પાસે જવું પડે. ઋગવેદ, યજુર્વેદ, સામવેદ આ ત્રણનો અભ્યાસ કરીને તેના આદેશ પ્રમાણે જીવન જીવવામાં આવે તો મન સદાકાળ શાંત રહે. તેમજ પ્રાણનું નિયમન સહજ થઈ જાય.

ચોથો અનુવાક

મનોમય કોશનો મહિમા તથા વિજ્ઞાનમય કોશનું વર્ણન

યતો વાચો નિવર્તન્તે । આપ્રપ્ય મનસા સહ । આનન્દં બ્રહ્મણો વિદ્વાન્ । ન બિભેતિ કદાચનેતિ । તસ્યૈષ એવ શારીર આત્મા યઃ પૂર્વસ્ય ॥ ૧ ॥

શબ્દાર્થ : યતઃ - જયાંથી, મસા સહ - મન સહિત, વાચઃ - વાણી વગેરે ઇંદ્રિયો, અપ્રાપ્ય - તેને ન પામીને, નિવર્તન્તે - પાછી ફરે છે; (તસ્ય) બ્રહ્મણઃ - તે બ્રહ્મના, આનન્દમ્ - આનંદને, વિદ્વાન્ - જાણનારો પુરુષ, કદાચન - કયારેય, બિભેતિ - ડરતો નથી, ઇતિ - આ પ્રમાણે આ શ્લોક છે, તસ્ય - તે મનોમય પુરુષનો પણ; એષઃ એવ - આ જ પરમાત્મા, શારીરઃ - શરીરની અંદર રહેલો, આત્મા - આત્મા છે, યઃ - જે, પૂર્વસ્ય - પહેલા બતાવવામાં આવેલા અન્નરસમય શરીર કે પ્રાણમય શરીરનો છે.

ભાવાર્થ : જ્યાંથી મન સહિત વાણી એને મેળવ્યા વગર પાછી ફરે છે એ બ્રહ્માનંદને જાણવાવાળો પુરુષ કદી પણ ભયને પ્રાપ્ત નથી થતો, આ જે મનોમય શરીર છે એ જ પ્રાણમય કોશનો શારીરિક આત્મા છે,

તસ્માદ્વા એતસ્માન્મનોમયાદન્યોઽન્તર આત્મા વિજ્ઞાનમયસ્તેનૈષ પૂર્ણઃ ।
સ વા એષ પુરુષવિધ એવ । તસ્ય પુરુષવિધતામન્વયં પુરુષવિધઃ ।
તસ્ય શ્રદ્ધૈવ શિરઃ । ઋતં દક્ષિણઃ પક્ષઃ । સત્યમુત્તરઃ પક્ષ) ।
યોગ આત્મા । મહઃ પુચ્છં પ્રતિષ્ઠા । તદપ્યેષ શ્લોકો ભવતિ ॥ ૨ ॥

શબ્દાર્થ : વૈ - નિશ્ચય જ; તસ્માત્ એતસ્માત્ મનોમયાત્ - તે પહેલાં
બતાવવામાં આવેલા આ મનોમય પુરુષથી, અન્યઃ - બીજો, અન્તરઃ - એની
અંદર રહેનારો, આત્મા - આત્મા, વિજ્ઞાનમયઃ - વિજ્ઞાનમય છે; તેન - તે
વિજ્ઞાનમય આત્માથી, એષઃ - આ મનોમય શરીર, પૂર્ણઃ - વ્યાપ્ત છે; સઃ -
તે, એષઃ - આ વિજ્ઞાનમય આત્મા, વૈ - નિસ્સંદેહ, પુરુષવિધઃ - પુરુષના
આકારનો જ છે; તસ્ય - તેની, પુરુષવિધતામ્ અનુ - પુરુષના આકારમાં અનુગત
થવાથી જ, અયમ્ - આ વિજ્ઞાનમય આત્મા, પુરુષવિધઃ - પુરુષના આકારનો
બતાવવામાં આવે છે, તસ્ય - તે વિજ્ઞાનમય આત્માનું, શ્રદ્ધા - શ્રધ્ધા, એવ -
જ, - (જાણે કે) શિર છે, ઋતમ્ - સદાચારનો નિશ્ચય, દક્ષિણઃ - જમણી,
પક્ષઃ - પાંખ છે, સત્યમ્ - સત્ય ભાષણનો નિશ્ચય, ઉત્તરઃ - ડાબી, પક્ષઃ -
પાંખ છે, યોગઃ - (ધ્યાન દ્વારા પરમાત્મામાં એકાગ્રતારૂપ) યોગ જ, આત્મા -
શરીરનો મધ્યભાગ છે, મહઃ - "મહઃ" નામથી પ્રસિદ્ધ પરમાત્મા જ; પુચ્છમ્
- પુચ્છ, (તેમ જ), પ્રતિષ્ઠા - આધાર છે, તત્ - તે વિષયમાં, અપિ - પણ,
એષઃ - આ આગળ કહેવામાં આવનારો, શ્લોકઃ - શ્લોક, ભવતિ - છે.

ભાવાર્થ : આ મનોમયથી બીજો એનો અંતર આત્મા વિજ્ઞાનમય છે, એના દ્વારા
એ પૂર્ણ છે, એ આ વિજ્ઞાનમય પુરુષાકાર જ છે. એ મનોમયની પુરુષાકારતા
અનુસાર જ એ પણ પુરુષાકાર છે. એની શ્રદ્ધા માથું છે, ઋત દક્ષિણ પક્ષ છે,
સત્ય ઉત્તર પક્ષ છે, યોગ્ય આત્મા મધ્યભાગ છે, અને મહત્તત્વ પ્રતિષ્ઠા છે
એના વિષયમાં આ શ્લોક છે.

વિવેચન : મનોમય કોષનો અંતરઆત્મા વિજ્ઞાનમય કોષ છે. સામાન્ય
રીતે મન માહિતી એકઠી કરે છે અને આ વિગતો બુદ્ધિને આપે છે અને બુદ્ધિ
તેનો નિર્ણય આપે છે. આ નિર્ણય આપતી વખતે બુદ્ધિ સત્ય, ઋત્ અને

શ્રદ્ધા દ્વારા નિર્ણય લેવામાં આવેલ હોય તો તે આપણને આનંદના અધિકારી બનાવે છે.

પાંચમો અનુવાક

વિજ્ઞાનનો મહિમા તથા આનંદમય કોશનું વર્ણન

વિજ્ઞાનં યજ્ઞં તનુતે । કર્માણિ તનુતેઽપિ ચ । વિજ્ઞાનં દેવાઃ સર્વે ।
બ્રહ્મ જયેષ્ઠમુપાસતે । વિજ્ઞાનં બ્રહ્મ ચેદ્વેદ । તસ્માચ્ચેન્ન પ્રમાદ્યતિ ।
શરીરે પાપ્મનો હિત્વા । સર્વાન્કામાન્સમશ્રુત ઇતિ ।
તસ્યૈષ એવ શારીર આત્મા યઃ પૂર્વસ્ય ॥ ૧ ॥

શબ્દાર્થ : વિજ્ઞાનમ્ - વિજ્ઞાન જ, યજ્ઞમ્ તનુતે - યજ્ઞોનો વિસ્તાર કરે છે, ચ - અને, કર્માણિ અપિ તનુતે - કર્મોનો પણ વિસ્તાર કરે છે, સર્વે - બધા, દેવાઃ - ઇંદ્રિયરૂપ દેવતાઓ, જ્યેષ્ઠમ્ - સર્વશ્રેષ્ઠ, બ્રહ્મ - બ્રહ્મના રૂપમાં, વિજ્ઞાનમ્ ઉપાસતે - વિજ્ઞાનની જ સેવા કરે છે, ચેત્ - જો (કોઈ), વિજ્ઞાનમ્ - વિજ્ઞાનને, બ્રહ્મ - બ્રહ્મરૂપથી, વેદ - જાણે છે (અને) ચેત્ - જો, તસ્માત્ - તેનાથી, ન પ્રમાદ્યતિ - પ્રમાદ કરતો નથી, તે નિશ્ચયથી કયારેય વિચલિત થતો નથી (તો); પાપ્મનઃ - (શરીરના અભિમાનથી ઉત્પન્ન થયેલા) પાપ સમુદાયને, શરીરે - શરીરમાં જ, હિત્વા - છોડી દઈ ને, સર્વાન્ કામાન્ સમશ્નુતે - બધા ભોગોનો અનુભવ કરે છે, ઇતિ - આ પ્રમાણે આ શ્લોક છે, તસ્ય - તે વિજ્ઞાનમયનો, એષઃ - આ પરમાત્મા, એવ - જ, શારીરઃ - શરીરની અંદર રહેલો, આત્મા - આત્મા છે, યઃ - જે, પૂર્વસ્ય - પહેલાંનો છે.

ભાવાર્થ : વિજ્ઞાન યજ્ઞનો વિસ્તાર કરે છે અને એ જ કર્મોનો પણ વિસ્તાર કરે છે : સમ્પૂર્ણ દેવ જ્યેષ્ઠ વિજ્ઞાન-બ્રહ્મની ઉપાસના કરે છે. જે સાધક 'વિજ્ઞાન બ્રહ્મ છે' એવું જાણી જાય અને પછી આળસ ન કરે તો પોતાના શરીરના સર્વ પાપોને ત્યાગી એ સમસ્ત કામના, ભોગોને પૂર્ણ રીતે પ્રાપ્ત કરી લે છે.

તસ્માદ્વા એતસ્માદ્વિજ્ઞાનમયાદન્યોઽન્તર આત્માનન્દમયઃ । તેનૈષ પૂર્ણઃ ।
સ વા એષ પુરુષવિધ એવ । તસ્ય પુરુષવિધતામન્વયં પુરુષવિધઃ

તસ્ય પ્રિયમેવ શિરઃ । મોદો દક્ષિણઃ પક્ષઃ । પ્રમોદ ઉત્તરઃ પક્ષઃ ।
આનન્દ આત્મા । બ્રહ્મ પુચ્છં પ્રતિષ્ઠા । તદપ્યેષ શ્લોકો ભવતિ ॥ ૧-B ॥

શબ્દાર્થ : वै - નિશ્ચય જ, तस्मात् एतस्मात् मनोमयात् - તે પહેલાં
કહેલા આ વિજ્ઞાનમય જીવાત્માથી, अन्यः - ભિન્ન, अन्तरः - એની પણ
અંદર રહેનારો આત્મા, आनन्दमयः आत्मा - આનંદમય પરમાત્મા છે, तेन
- તેનાથી, एषः - આ (વિજ્ઞાનમયઃ) વિજ્ઞાનમય, पूर्णः - પૂર્ણપણે વ્યાપ્ત છે,
सः - તે, एषः - આ આનંદમય પરમાત્મા, वै - પણ, पुरुषविधः - પુરુષના
સમાન આકારવાળો, एव - જ છે, तस्य - તે વિજ્ઞાનમયની, पुरुषविधताम्
अनु - પુરુષાકારતામાં અનુગત થવાથી જ, अयम् - આ (આનંદમય
પરમાત્મા), पुरुषविधः - પુરુષાકાર કહેવાય છે, तस्य - તે આનંદમયનો,
प्रियम् - પ્રિય, एव - જ, शिरः - (જાણે કે) શિર છે, मोदः - મોદ, दक्षिणः
- જમણી, पक्षः - પાંખ છે, प्रमोदः - પ્રમોદ, उत्तरः - ડાબી, पक्षः - પાંખ
છે, आनन्दः - આનંદ જ, आत्मा - શરીરનો મધ્યભાગ છે, ब्रह्म - બ્રહ્મ,
पुच्छम् - પુચ્છ (તેમ જ), प्रतिष्ठा - આધાર છે, तत्- તેનો મહિમાના
વિષયમાં, अपि - પણ, एषः - આ, श्लोकः भवति - શ્લોક છે.

ભાવાર્થ : જે વિજ્ઞાનમય છે એ જ મનોમય શરીરનો આત્મા છે. એ આ
વિજ્ઞાનમયથી બીજો એનો અંતઃવર્તી આત્મા આનંદમય છે, એ આનંદમય દ્વારા
એ પૂર્ણ છે. આ આનંદમય પણ પુરુષાકાર જ છે, એનું પ્રિય જ માથું છે, મોદ
દક્ષિણ પક્ષ છે, પ્રમોદ ઉત્તરપક્ષ છે, આનન્દ આત્મા છે અને બ્રહ્મ પ્રતિષ્ઠા છે
એ વિષયમાં આ શ્લોક છે.

વિવેચન : અન્નમય કોષનો આત્મા પ્રાણ છે.
પ્રાણમય કોષનો આત્મા મન છે.
મનોમય કોષનો આત્મા વિજ્ઞાન છે.
વિજ્ઞાનમય કોષનો આત્મા આનંદ છે.

આનંદ એ જ પરમાત્માનું સાચું સ્વરૂપ છે. આપણે જે ખુશી

અનુભવીએ છીએ તે આ આનંદમાંથી જ આવે છે. જયારે આપણે શોક અનુભવીએ છીએ ત્યારે આ આનંદ તિરોહિત અવસ્થામાં રહે છે. એટલે આપણે સતત ચારેય કોષો (સ્થૂળ શરીર અને અંતઃકરણ)નું નિયમન કરીને આનંદમય રહેવું જોઈએ.

છઠ્ઠો અનુવાક

બ્રહ્મને સત્-અસત્ જાણનારાઓનો ભેદ, બ્રહ્મપ્રાપ્તિના વિષયમાં શંકા તથા બ્રહ્મની સ્થિતિનું નિરુપણ

અસન્નેવ સ ભવતિ । અસહ્દ્ધોતિ વેદ ચેત્ ।
અસ્તિ બ્રહ્મોતિ ચેદ્વેદ । સન્તમેનં તતો વિદુરિતિ ॥ ૧-A ॥

શબ્દાર્થ : ચેત્ - જો, (કોઈ), બ્રહ્મ - બ્રહ્મ, અસત્ - નથી, ઇતિ - આ પ્રમાણે, વેદ - માને છે, (તો) સઃ - તે, અસત્ - અસત્, એવ - જ, ભવતિ - થઈ જાય છે, (અને) ચેત્ - જો (કોઈ), બ્રહ્મ - બ્રહ્મ, અસ્તિ - છે, ઇતિ - આ પ્રમાણે, વેદ - જાણે છે, તતઃ - તો, એનમ્ - એને, (જ્ઞાનીઓ) સન્તમ્ - સંત-સત્પુરુષ, વિદુઃ - માને છે, ઇતિ - આ પ્રમાણે આ શ્લોક છે.

ભાવાર્થ : જે પુરુષ 'બ્રહ્મ અસત્ છે' એવું માને છે એ સ્વયં જ અસત્ થઈ જાય છે. અને જો એવું માને છે કે 'બ્રહ્મ છે' તો બ્રહ્મવેત્તાજન એને સત્ સમજે છે.

વિવેચન : બ્રહ્મ અસત્ છે એમ જે માને છે તેને પરમાત્મામાં શ્રદ્ધા નથી, વિશ્વાસ નથી અને શંકા છે, તેને લીધે એવી વ્યક્તિ કોઈ પણ કાર્ય હિંમતપૂર્વક નહીં કરી શકે. પરિણામે તે નિષ્ફળ જશે પછી તે આળસુ, વ્યસની થઈ દુઃખી થશે. અંતે નષ્ટ થઈ જશે.

જે વ્યક્તિ બ્રહ્મ એટલે પરમાત્માને સત્ માને છે તે શ્રદ્ધાપૂર્વક એવું માનશે કે પરમાત્મા સર્વજ્ઞ, સર્વવ્યાપક અને સર્વ સમર્થ છે એટલે તેનો આત્મ વિશ્વાસ પ્રબળ થઈ જાય છે પરિણામે તે સફળતા મેળવે જ છે.

તસ્યૈષ એવ શારીર આત્મા યઃ પૂર્વસ્ય ॥ ૧-B ॥

શબ્દાર્થ : તસ્ય - તે (આનંદમય) નો પણ, એષઃ એવ - આ જ, શારીરઃ - શરીર અંતર્વર્તી, આત્મા - આત્મા છે, યઃ - જો, પૂર્વસ્ય - પહેલાં બતાવવામાં આવેલા (વિજ્ઞાનમય) નો છે.

ભાવાર્થ : પૂર્વકથિત વિજ્ઞાનમયનો આ જે આનન્દમય શરીર આત્મા છે.

અથાતોઽનુપ્રશ્નાઃ । ઉતાવિદ્વાનમું લોકં પ્રેત્ય કશ્ચન ગચ્છતી ૩ । આહો વિદ્વાનમું લોકં પ્રેત્ય કશ્ચિત્સમશ્નુતા ૩ ઉ ॥ ૧-C ॥

શબ્દાર્થ : અથ - ત્યાર પછી, અતઃ - અહીંથી, અનુપ્રશ્નાઃ - અનુપ્રશ્નો શરૂ થાય છે, ઉત - શું, અવિદ્વાન્ - બ્રહ્મને ન જાણનારો, કશ્ચન - કોઈ પુરુષ, પ્રેત્ય - મરીને, અમુમ્ લોકં ગચ્છતિ - તે લોકમાં (પરલોકમાં) જાય છે, આહો - અથવા, કશ્ચિત્ - કોઈ પણ, વિદ્વાન્ - જ્ઞાની, પ્રેત્યા - મર્યા પછી, અમુમ્ લોકમ્ - તે લોકને, સમશ્નુતે - પ્રાપ્ત થાય છે, ઉ - શું ?

ભાવાર્થ : પૂર્વકથિત વિજ્ઞાનમયનો આ જે આનન્દમય શરીર આત્મા છે, હવે આ પ્રશ્ન છે કે કોઈ અવિદ્વાન પુરુષ પણ આ શરીરનો ત્યાગ કર્યા પછી અનંતર પરમાત્માને પ્રાપ્ત થઈ શકે ?

સોઽકામયત । બહુસ્યાં પ્રજાયેયેતિ । સ તપોઽતપ્યત । સ તપસ્તપ્ત્વા ઇદꣳસર્વમસૃજત યદિદં કિં ચ । તત્સૃષ્ટ્વા તદેવાનુપ્રાવિશત્ । તદનુ પ્રવિશ્ય ત્યચ્ચાભવત્ । નિરુક્તં ચાનિરુક્તં ચ । નિલયનં ચાનિલયનં ચ । વિજ્ઞાનં ચાવિજ્ઞાનં ચ । સત્યં ચાનૃતં ચ સત્યમભવત્ । યદિદં કિં ચ । તત્સત્યમિત્યાચક્ષતે । તદપ્યેષ શ્લોકો ભવતિ ॥ ૧-D ॥

શબ્દાર્થ : સઃ - તે પરમેશ્વરે, અકામયત - વિચાર કર્યો કે, પ્રજાયેય - હું પ્રકટ થાઉં, (અને અનેક નામરૂપ ધારણ કરીને), બહુ - ઘણું, સ્યામ્ ઇતિ - થઈ જાઉં, સઃ - (ત્યારપછી) તેણે, તપઃ અતપ્યત - તપ કર્યું અને પોતાના

સંકલ્પનો વિસ્તાર કર્યો, **સ:** - તેણે, **તપ: તપ્ત્વા** - આ પ્રમાણે સંકલ્પનો વિસ્તાર કરીને, **યત્ કિમ્ ચ** - જે કાંઈ પણ, **ઇદમ્** - આ જોવામાં અને સમજવામાં આવે છે, **ઇદમ્ સર્વમ્ અસૃજત** - આ સમસ્ત જગતની રચના કરી, **તત્ સૃષ્ટ્વા** - તે જગતની રચના કર્યા પછી, **તત્ એવ** - (તે પોતે) તેમાં જ, **અનુપ્રાવિશત્** - સાથે સાથે પ્રવિષ્ટ થઈ ગયો, **તત્ અનુપ્રવિશ્ય** - તેમાં સાથે સાથે પ્રવિષ્ટ થયા પછી (તે પોતે જ), **સત્** - મૂર્ત, **ચ** - અને, **ત્યત્** - અમૂર્ત, **ચ** - પણ, **અભવત્** - થઈ ગયો, **નિરુક્તમ્ ચ અનિરુક્તમ્** - વર્ણન કરી શકાય અને ન કરી શકાય, **ચ** - તથા, **નિલયનમ્** - આશ્રય આપનારા, **ચ** - અને, **અનિલયનમ્** - આશ્રય ન આપનારા, **ચ** - તથા, **વિજ્ઞાનમ્** - ચેતનાયુક્ત, **ચ** - અને, **અવિજ્ઞાનમ્** - જડ પદાર્થ, **ચ** - તથા, **સત્યમ્** - સત્ય, **ચ** - અને, **અનૃતમ્** - અસત્ય, (આ સર્વના રૂપમાં), **ચ** - પણ, **સત્યમ્** - તે સત્યસ્વરૂપ પરમાત્મા જ, **અભવત્** - થઈ ગયો, **યત્ કિમ્ ચ** - જે કાંઈ પણ, **ઈદમ્** - આ જોવામાં અને અનુભવવામાં આવે છે, **તત્** - તે, **સત્યમ્** - સત્ય જ છે, **ઇતિ** - આ પ્રમાણે, **આચક્ષતે** - જ્ઞાનીજનો કહે છે, **તત્** - તે વિષયમાં, **અપિ** - પણ, **એષ:** - આ, **શ્લોક:** - શ્લોક **ભવતિ** - છે.

ભાવાર્થ : એ પરમાત્માએ કામના કરી કે એક કરતાં વધારે થઈ જાઉં, એમણે તપ કર્યું. તપ કરીને આ જે કાંઈ છે એની રચના કરી, રચના કરીને એ આમાં જ અનુપ્રવિષ્ટ થઈ એ સત્યસ્વરૂપ પરમાત્મા મૂર્ત-અમૂર્ત, કહેવા યોગ્ય અને ન કહેવા યોગ્ય, આશ્રય-અનાશ્રય, ચેતન-અચેતન અને વ્યાવહારિક સત્ય-અસત્યરૂપ થઈ ગયા, આ જે કંઈ છે એને બ્રહ્મવેત્તા લોકો 'સત્ય' ના નામથી જાણે છે.

વિવેચન : સમાજમાં બે પ્રકારના માણસો રહેવાના. એક જેની શ્રદ્ધા પરમાત્મા પર છે અને બીજો વર્ગ જે પરમાત્માને માનતા નથી. જે બ્રહ્મને અસત્ છે એવું માને છે તે પોતે અસત્ થઈ જાય છે અને ભોગવાદમાં નાશ પામે છે. જ્યારે બ્રહ્મને સત્ માને છે તેને જ સદાકાળ વહેનાર આનંદની પ્રાપ્તિ થાય છે.

સાતમો અનુવાક

બ્રહ્મની સુકૃતતા અને આનંદરૂપતાનું તથા બ્રહ્મવેત્તાની અભયપ્રાપ્તિનું વર્ણન

असद्वा इदमग्र आसीत् । ततो वै सदजायत ।
तदात्मानꣳ स्वयमकुरुत । तस्मात्तत्सुकृतमुच्यत इति ॥ १-A ॥

શબ્દાર્થ : अग्रे - પ્રકટ થતાં પહેલાં, इदम् - આ. જડ-ચેતનાત્મક જગત, असत् - અવ્યક્તરૂપમાં, वै - જ, आसीत् - હતું, ततः - તેનાથી, वै - જ, सत् - સત્ અર્થાત્ નામરૂપમય પ્રત્યક્ષ જગત, अजायत - ઉત્પન્ન થયું છે, तत् - તેણે, आत्मानम् - પોતાને, स्वयम् - પોતે, अकुरुत - (આ રૂપમાં) પ્રકટ કર્યો છે, तस्मात् - તેથી જ, तत् - તે, सुकृतम् - "સુકૃત", उच्यते - કહેવાય છે, इति - આ પ્રમાણે આ શ્લોક છે.

ભાવાર્થ : પહેલાં આ જગત અવ્યક્ત હતું, એમાં સત્ની ઉત્પત્તિ થઈ, એ અવ્યક્તે પોતે જ પોતાની રચના કરી, એટલે એ સુકૃત સ્વયં રચયિતા કહેવાય છે.

यद्वै तत्सुकृतं रसो वै सः । रसꣳ ह्येवायं लब्ध्वानन्दी भवति ।
को ह्येवान्यात्कः प्राण्याद् यदेष आकाश आनन्दो न स्यात् ।
एष ह्येवानन्दयाति ॥ १-B ॥

શબ્દાર્થ : वै - નિશ્ચય જ, यत् - જે, - તે, सुकृतम् - સુકૃત છે, सः वै - તે જ, रसः - રસ છે, हि - કારણ કે, अयम् - આ (જીવાત્મા), रसम् - આ રસને, लब्ध्वा - પ્રાપ્ત કરીને, एव - જ, आनन्दी - આનંદયુક્ત, भवति - થાય છે, यत् - જો, एषः - આ, आकाशः - આકાશની પેઠે વ્યાપક, आनन्दः - આનંદસ્વરૂપ પરમાત્મા, न स्यात् - ન હોત, हि - તો, कः एव - કોણ, अन्यात् - જીવિત રહી શકતે, (અને), कः - કોણ, प्राण्यात् - પ્રાણોની ક્રિયા (ચેષ્ટા) કરી શકતે, हि - ખરેખર, एषः - આ પરમાત્મા, एव - જ, आनन्दयाति - સર્વને આનંદ આપે છે.

ભાવાર્થ : જે સુકૃત છે તે જ રસ છે, જીવાત્મા આ રસને પ્રાપ્ત કરીને આનંદ યુક્ત થઈ જાય છે. આકાશની જેમ વ્યાપક, આનંદ સ્વરૂપ પરમાત્મા ન હોત તો કોણ જીવિત રહી શકતે. નિઃસંદેહ પરમાત્મા જ દરેકને આનંદ પ્રાપ્ત કરાવે છે.

યદા હ્યેવેષ એતસ્મિન્નદશ્યેઽનિરુક્તેઽનાત્મ્યેઽનિલયનેઽભયં પ્રતિષ્ઠાં વિન્દતે ।
અથ સોઽભયં ગતો ભવતિ ॥ ૧-C ॥

શબ્દાર્થ : હિ - કારણ કે, યદા એવ - જયારે પણ, એષઃ - આ જીવાત્મા, એતસ્મિન્ - આ, અદશ્યે - જોવામાં ન આવનારા, અનાત્મ્યે - શરીરરહિત, અનિરુક્તે - બતાવી ન શકાય, (અને), અનિલયને - બીજાનો આશ્રય ન લેનારા પરબ્રહ્મ પરમાત્મામાં, અભયમ્ - નિર્ભયતાપૂર્વક, પ્રતિષ્ઠામ્ - સ્થિતિને, વિન્દતે - પામે છે, અથ - ત્યાર પછી, સઃ - તે, અભયમ્ - નિર્ભયપદને, ગતઃ ભવતિ - પ્રાપ્ત થઈ જાય છે.

ભાવાર્થ : કેમ કે જયારે જીવાત્મા આ અદૃશ્ય અશરીરી, અવર્ણનીય, અનાશ્રયી પરમાત્મામાં નિર્ભયતા પૂર્વક સ્થિત થાય છે. ત્યારે અભયને પ્રાપ્ત કરે છે.

યદા હ્યેવેષ એતસ્મિન્નુ દરમન્તરં કુરુતે । અથ તસ્ય ભયં ભવતિ ।
તત્ત્વેવ ભયં વિદુષો ભન્વાનસ્ય । તદપ્યેષ શ્લોકો ભવતિ ॥ ૧-D ॥

શબ્દાર્થ : હિ - કારણ કે, યદા એવ - જયાં સુધી, એષઃ - આ, ઉ દરમ્ - જરાક જેટલો, વૈ - પણ, એતસ્મિન્ અન્તરમ્ - આ પરમાત્મા સાથે વિયોગ, કુરુતે - કરી રહે છે, અથ - ત્યાં સુધી, તસ્ય - તેને, ભયમ્ - જન્મ મૃત્યુ રૂપ ભય, ભવતિ - પ્રાપ્ત થાય છે, તુ - તથા, તત્ એવ - તે જ, ભયમ્ - ભય, (કેવળ મૂર્ખને જ થતો નથી, પરંતુ), મન્વાનસ્ય - અભિમાની, વિદુષઃ - શાસ્ત્રના વિદ્વાનને પણ અવશ્ય થાય છે, તત્ - તેના વિષયમાં, અપિ - પણ, એષઃ - આ (આગળ કહેલો), શ્લોકઃ - શ્લોક, ભવતિ - છે.

ભાવાર્થ : જયારે એમાં થોડોક પણ ભેદ કરે છે તો એ સમયે ભય પ્રાપ્ત થાય છે.

વિવેચન : પરમાત્મામાંથી બ્રહ્માંડનું કેવી રીતે સર્જન થયું તે જે જાણે છે તે જ સત્યને જાણે છે, અને તે જ બ્રહ્મવેતા છે. જ્યારે જીવાત્મા સંપૂર્ણ શ્રદ્ધાપૂર્વક પરમાત્માના અસ્તિત્વનો સ્વીકાર કરી લે છે અને પરમાત્માની વ્યવસ્થાને જાણી લે છે ત્યારે તેના મનની અંદર દ્વૈત ટકી શકતું નથી અને તે અભયની સ્થિતિ પ્રાપ્ત કરે છે. તેમજ સદાકાળ આનંદની પ્રાપ્તિ કરી લે છે.

આઠમો અનુવાક

બ્રહ્માનંદના નિરતિશયત્વની મીમાંસા

भीषास्माद्वातः पवते । भीषोदेति सूर्यः ।
भीषास्मादग्निश्चेन्द्रश्च । मृत्युर्धावति पञ्चम इति ॥ ૧-A ॥

શબ્દાર્થ : अस्मात् - એના જ ભયથી, वातः - પવન, पवते - ચાલે છે; भीषा - (એના જ) ભયથી, सूर्य - સૂર્ય, उदेति - ઉદય થાય છે, अस्मात् भीषा - એના જ ભયથી, अग्निः - અગ્નિ, च - અને, इन्द्रः - ઇન્દ્ર, च - અને, पञ्चमः - પાંચમું, मृत्युः - મૃત્યુ, धावति - (આ બધા) પોત પોતાનાં કાર્ય કરવામાં પ્રવૃત થઈ રહ્યાં છે, इति - આ પ્રમાણે આ શ્લોક છે.

ભાવાર્થ : પરબ્રહ્મ પરમાત્માએ સ્વેચ્છાએ સકળ બ્રહ્માંડોની રચના કરી અને તેની પરિપૂર્ણ વ્યવસ્થા ગોઠવી એટલે આ સકળ જડ-ચેતન સૃષ્ટિ ઉપર તેમની જ અંતિમ સત્તા છે. તેનો અર્થ એ થયો કે આ સતત ફૂલતું બ્રહ્માંડ, તેમાં રહેલી આકાશગંગાઓ, તારામંડળો, સૂર્યો, ગ્રહો, ઉપગ્રહો, ધૂમકેતુઓ અને વાયુનાં વાદળો પરમાત્માએ ગોઠવેલી વ્યવસ્થા અને એમની ઇચ્છા પ્રમાણે જ હજારો પ્રકાશવર્ષ દૂર રહીને પણ પરિભ્રમણ - પરિક્રમણ કરે છે. એ પરમ સત્તાના પ્રભાવથી જ દરરોજ નિયત સમયે સૂર્યોદય - સૂર્યાસ્ત થાય છે. તેમના જ પ્રભાવથી સૂર્ય, ચંદ્ર, વાયુ, અગ્નિ અને બધા જ દેવો પોતાની ફરજો બજાવે છે. દિવસ-રાત થાય છે, ઋતુઓ થાય છે અને બધા જીવો સુખેથી આનંદમાં જીવે તેવી એમની સુંદર સ્વચાલિત વ્યવસ્થા છે.

सैषाऽऽनन्दस्य मीमाᳬसा भवति । युवा स्यात्सा धुयुवाऽव्यायक
आशिष्ठो द्रढिष्ठो बलिष्ठस्तस्येयं पृथिवी सर्वा वित्तस्य पूर्णा स्यात् ।

સ એકો માનુષ આનન્દઃ ॥ ૧-B ॥

શબ્દાર્થ : **સા** - તે, **એષા** - આ, **આનન્દસ્ય** - આનંદ સંબંધી, **મીમાંસા** - વિચારનો, **ભવતિ** - આરંભ થાય છે, **યુવા** - કોઈ યુવક, **સ્યાત્** - હોય, (તે પણ જેવો તેવો નહીં), **સાધુયુવા** - શ્રેષ્ઠ આચરણવાળો યુવક હોય (તથા), **અધ્યાયકઃ** - વેદોનું અધ્યયન કરી ચૂક્યો હોય, **આશિષ્ઠઃ** - અત્યંત આશાવાળો, **દ્રઢિષ્ઠઃ** - તેનાં સર્વ અંગો અને ઇનદ્રિયો સર્વથા દઢ હોય; (તથા), **બલિષ્ઠઃ** - તે સર્વ રીતે બળવાન હોય, **તસ્ય** - (પછી) તેને, **ઇયમ્** - આ, **વિત્તસ્ય પૂર્ણા** - ધનથી પરિપૂર્ણ, **સર્વા** - બધી જ, **પૃથિવી** - પૃથ્વી, **સ્યાત્** - પ્રાપ્ત થઈ જાય; (તો), **સઃ** - તે, **માનુષઃ** - મનુષ્યલોકનો, **એકઃ** - એક, **આનન્દઃ** - આનંદ છે.

ભાવાર્થ : આનંદ સંબંધી વિચાર શરૂ થાય છે. સુંદર શરીરવાળો, વેદાંત ભણેલો, કુશળ શાસક જેને સમસ્ત પૃથ્વીનું નિષ્કંટક રાજ્ય મળે અને જે આનંદ થાય તે એક માનુષ આનન્દ છે. આ વાત આપણે આ સાથેના આલેખથી સમજીશું.

તે યે શતં માનુષા આનન્દાઃ । સ એકો મનુષ્યગન્ધર્વાણામાનન્દઃ । શ્રોત્રિયસ્ય ચાકામહતસ્ય ॥ ૧-C ॥

શબ્દાર્થ : **તે** - તેઓ, **યે** - જે, **માનુષાઃ** - મનુષ્યલોક સંબંધી, **શતમ્** - એકસો, **આનન્દાઃ** - આનંદ છે; **સઃ** - તે, **મનુષ્યગન્ધર્વાણામ્** - માનવગંધર્વોનો, **એકઃ** - એક, **આનન્દઃ** - આનંદ હોય છે; **ચ** - અને (તે), **અકામહતસ્ય** - જેનું અંતઃકરણ ભોગની કામનાથી દૂષિત નથી થયું એવા, **શ્રોત્રિયસ્ય** - વેદવેત્તા પુરુષને સ્વભાવથી જ પ્રાપ્ત થાય છે.

ભાવાર્થ : અહીં ઋષિ આનંદની અનુભૂતિના ઉત્તરોત્તર સ્તર સમજાવે છે. સકામ વ્યવસ્થામાં મનુષ્યને સર્વ સુખો પ્રાપ્ત થાય ત્યારે આનંદની એક ઝલક મળે છે. બધાના ભાગ્યમાં તો એ પણ નથી હોતી. ગંધર્વને મનુષ્ય કરતાં અનેકગણા આનંદની અનુભૂતિ મળે છે તેનો અર્થ એ છે કે ગંધર્વ સ્થિતિ મનુષ્ય કરતાં ઉચ્ચ છે. તેને મનુષ્ય-ગંધર્વ પણ કહી શકાય. તેમણે પ્રથમ મનુષ્ય થઈને અને પછી કર્મ તથા ઉપાસનાની

વિશેષતાથી ગંધર્વત્વ પ્રાપ્ત કર્યું હોય. તેમને અંતર્ધ્યાન થવાની શક્તિ પ્રાપ્ત હોય છે. તેઓ સૂક્ષ્મ શરીર અને ઈન્દ્રિયોધારી હોવાથી ઠંડી-ગરમી જેવા દ્વન્દ્વોથી પર હોય છે. તેમને ચિત્ત પ્રસાદ પ્રાપ્ત હોય છે. તેને લીધે તેમને સુખ વિશેષની એટલે આનંદની અનુભૂતિ થાય છે.

વિવેચન : આ ગંધર્વ સ્થિતિ મનુષ્યની ઉચ્ચ સ્થિતિ છે તેને એક માનુષ આનંદ કરતાં સો ગણા આનંદની સહજ અનુભૂતિ પ્રાપ્ત થાય છે, કારણ કે તે શ્રોત્રિય એટલે પૂર્ણ જ્ઞાની, આપ્તકામ એટલે જેની કામનાઓ સમાપ્ત થઈ ગઈ છે અને જે અકામહત છે, એટલે જેને નવી કામનાઓ વિચલિત કરી શકતી નથી. આ શરતો દરેક ઉચ્ચ સ્થિતિમાં પણ અનિવાર્ય છે.

ઉપરની શરતો પૂરી કરનાર સાધક ઓછાં સંસાધનોથી પણ નિષ્કામ કર્મ કરીને હજુ વધુ આનંદની અનુભૂતિ પ્રાપ્ત કરી શકે છે. મનુષ્ય-ગંધર્વની કક્ષા અનુભૂતિના ઊંચા સ્તરો પ્રાપ્ત કરવામાં 'ઈન્ટર્નશિપ' જેવી છે. તેણે હજુ ખૂબ ઊંચે જવાનું છે.

મનુષ્ય જ્યારે ગંધર્વ સ્તરે પ્રગતિ કરે છે ત્યારે તેણે ત્યાં અટકી જવાનું નથી. આનંદની અનુભૂતિના ઉચ્ચ સ્તરે પહોંચવા માટે તેણે સતત ઉપાસના સહિત નિષ્કામ કર્મો કરતાં રહેવાનું છે. તેની સાધનાનું ભાથું તેને નવા જન્મે પ્રાપ્ત થાય છે અને ત્યાંથી આગળ સાધના કરવાથી તે કોઈ એક જન્મે બ્રહ્માનંદની અનુભૂતિ કરવાથી મોક્ષનો અધિકારી બને છે.

ये ते शतं मनुष्यगन्धर्वाणामानन्दाः । स एको देवगन्धर्वाणामानन्दः ।
श्रोत्रियस्य चाकामहतस्य ॥ ૧-D ॥

શબ્દાર્થ : તે - તેઓ (ઉપર કહેલા), ये - જે, मनुष्यगन्धर्वाणाम् - મનુષ્યગંધર્વોના, शतम् - એકસો, आनन्दाः - આનંદ છે, सः - તે, देवगन्धर्वाणाम् - દેવગંધર્વોનો, एकः - એક, आनन्दाः - આનંદ હોય છે; च - અને (તે), अकामहतस्य - જેનું અંતઃકરણ ભોગોની કામનાથી દૂષિત નથી થયું એવા, श्रोत्रियस्य - વેદવેત્તા પુરુષને સ્વભાવથી જ પ્રાપ્ત થાય છે.

ભાવાર્થ : ગંધર્વ કરતાં દેવને અનેક ગણા આનંદની અનુભૂતિ પ્રાપ્ત થાય છે. કારણ કે તેમને જન્મથી જ ગંધર્વત્વ પ્રાપ્ત હોય છે. તેમણે પૂર્વ જન્મમાં જ ગંધર્વત્વ પ્રાપ્ત કરી લીધું હોય છે. તેથી ગંધર્વના બધા ગુણો તેમનામાં સહજ વ્યક્ત થતા હોય છે. તેઓ નિષ્કામ કર્મ કરતા રહીને ઉપાસનામાં રત રહે છે. તેમના અંતઃકરણમાં ભોગોની કામના નથી રહેતી. તેઓ શ્રોત્રિય એટલે વેદજ્ઞાનના જાણકાર હોય છે.

વિવેચન : જે મનુષ્યની સ્થિતિ આ જન્મમાં દેવ - ગંધર્વ જેવી હોય તેમને મનુષ્ય - ગંધર્વ કરતાં આનંદની અનુભૂતિની માત્રા અનેક ગણી થઈ શકે છે. તેનું કારણ દેવનાં સઘળાં કાર્યો પ્રભુ પ્રીત્યર્થે થાય છે. તે પરમાત્માની યોજનામાં સહાયક થનાર સક્રિય કાર્યકર જેવા હોય છે, એટલે સમષ્ટિના હિતમાં સદૈવ તત્પર રહે છે. હજુ તેણે ઘણાં સોપાનો સર કરવાનાં રહે છે.

 તે યે શતં દેવગન્ધર્વાણામાનન્દાઃ । સ એકઃ પિતૃણાં

ચિરલોકલોકાનામાનન્દઃ । શ્રોત્રિયસ્ય ચાકામહતસ્ય ॥ ૧-E ॥

શબ્દાર્થ : તે - તે (ઉપર કહેલા), યે - જે, **દેવગન્ધર્વાણામ્** - દેવજાતીય ગંધર્વોના, **શતમ્** - એકસો, **આનન્દાઃ** - આનંદ છે, **સઃ** - તે, **ચિરલોકલોકાનામ્** - ચિરસ્થાયી પિતૃલોકને પ્રાપ્ત થયેલા, **પિતૃણામ્** - પિતૃઓનો, **એકાઃ** - એક, **આનન્દઃ** - આનંદ છે, **ચ** - અને, **અકામહતસ્ય** - (તે) ભોગો પ્રતિ નિષ્કામ, **શ્રોત્રિયસ્ય** - વેદજ્ઞ પુરુષને આપ મેળે જ પ્રાપ્ત થાય છે.

ભાવાર્થ : જેમ જેમ સાધકની કર્મ અને સાધનાની કક્ષા ઊર્ધ્વગામી થતી જાય તેમ તેમ તેમની આનંદની અનુભૂતિની માત્રા પણ વૃદ્ધિ પામતી જાય. દેવગંધર્વના આનંદ કરતાં પિતૃગણના આનંદ અનેકગણો વધારે હોય છે. અહીં પિતૃગણ એટલે આપણા રક્તના સંબંધે પૂર્વે થઈ ગયેલા પૂર્વજો સમજવાના નથી, પરંતુ જે ઋષિ-મુનિઓ અને મહાપુરુષો પિતૃલોકમાં ચિરસ્થાયી રહો છે તે પિતરો સમજવાના છે. તેમને વિષય ભોગોની કામના રહી નથી તેઓ વેદોના રહસ્યોના જ્ઞાતા છે અને વિરક્ત છે. તેથી તેમને ઉચ્ચ કક્ષાના આનંદની અનુભૂતિ સહજ પ્રાપ્ત થાય છે. કહી શકાય કે તેઓ આનંદના ચિરલોકમાં વસે છે.

૫૮

સુખ અને આનંદની વાસ્તવિકતા : વિભિન્ન તબક્કા

નિષ્કામ વ્યવસ્થા

૧૦૦ પ્રજાપતિના આનંદ	=	એક બ્રહ્માનંદ
૧૦૦ બૃહસ્પતિના આનંદ	=	પ્રજાપતિનો ૧ આનંદ
૧૦૦ ઇન્દ્રનો આનંદ	=	બૃહસ્પતિનો ૧ આનંદ
૧૦૦ દેવતાઓનો આનંદ	=	ઇન્દ્રનો ૧ આનંદ
૧૦૦ કર્મદેવનો આનંદ	=	દેવતાઓનો ૧ આનંદ
૧૦૦ આજાનજ દેવનો આનંદ	=	કર્મદેવનો ૧ આનંદ
૧૦૦ પિતૃગણનો આનંદ	=	આજાનજ દેવનો ૧ આનંદ
૧૦૦ દેવ ગંધર્વનો આનંદ	=	પિતૃગણનો ૧ આનંદ
૧૦૦ મનુષ્ય ગંધર્વ આનંદ	=	દેવ ગંધર્વનો ૧ આનંદ
૧૦૦ માનુષ આનંદ	=	મનુષ્ય ગંધર્વનો ૧ આનંદ

૧ માનુષ આનંદ	=	જે ક્ષણિક છે, પરિવર્તનશીલ છે, આભાસી છે.

સકામ વ્યવસ્થા

ચરમ	-	સુખ
સર્વ	-	સુવિધા
ભોગ	-	વિલાસ
પ્રશંસા	-	સંસાધનો
સત્તા	-	કીર્તિ
પદ	-	પ્રતિષ્ઠા
ધન	-	સંપદા
જ્ઞાન	-	કર્મ
રૂપ	-	યૌવન
જીવન નિર્વાહ	-	સ્વાસ્થ્ય

તે યે શતં પિતૃણાં ચિરલોકલોકાનામાનન્દાઃ ।
સ એક આજાનજાનાં દેવાનામાનન્દઃ શ્રોત્રિયસ્ય ચાકામહતસ્ય ॥ ૧-F ॥

શબ્દાર્થ : તે - તે, યે - જે, ચિરલોકલોકાનામ્ - ચિરસ્થાયી પિતૃલોકને પ્રાપ્ત થયેલા, પિતૃણામ્ - પિતૃઓના, શતમ્ - સો, આનન્દાઃ - આનંદ છે, - સઃ તે એકઃ - એક, આજાનજાનામ્ - આજાનજ નામના, અકામહતસ્ય - દેવતાઓનો, એકઃ - એક, આનન્દઃ - આનંદ છે; ચ - અને (તે આનંદ), આકામહતસ્ય - તે લોક સુધીના ભોગોમાં કામરહિત, શ્રોત્રિયસ્ય - શ્રોત્રિયને (વેદજ્ઞને) સ્વભાવથી જ પ્રાપ્ત થાય છે.

ભાવાર્થ : પિતૃગણ કરતાં પણ અનેક ગણા આનંદની અનુભૂતિની માત્રા આજાનજદેવને મળે છે. તેઓ પૂર્વ જન્મોમાં યોગબળે ઉત્તમ જ્ઞાની, સમૃદ્ધ અને પ્રભુકાર્યમાં પ્રવૃત્ત એવા પરિવારમાં જન્મે છે 'આજાન' એ દેવલોકનું નામ છે. આજાનજ દેવો સ્માર્ત કર્મ વિશેષને કારણે દેવસ્થાનમાં જન્મે છે. તેઓ મનુષ્ય યોનિમાં દેવભાવને પ્રાપ્ત થયેલા હોય છે. તેમને દેવલોક સુધીના ભોગોની પણ ઈચ્છા રહેલી હોતી નથી. આજાનજ દેવો વેદના રહસ્યને સમજનારા વિરકત પુરુષો હોય છે.

તે યે શતમાજાનજાનાં દેવાનામાનન્દાઃ ।
સ એકઃ કર્મદેવાનાં દેવાનામાનન્દઃ । યે કર્મણા દેવાનપિયન્તિ ।
શ્રોત્રિયસ્ય ચાકામહતસ્ય ॥ ૧-G ॥

શબ્દાર્થ : તે - તેઓ (આ પહેલાં કહેલાં), યે - જે, આજાનજાનામ્ - આજાનજ નામના, દેવાનામ્ - દેવોના, શતમ્ - એકસો, આનન્દાઃ - આનંદ છે, સઃ - તે, કર્મદેન્વાનામ્ - તે કર્મદિવ નામના દેવતાઓના, એકઃ - એક, આનન્દઃ - આનંદ છે, યે - જે, કર્મણા - વેદોક્ત કર્મોથી, દેવાન્ - દેવભાવને, અપિયન્તિ - પ્રાપ્ત થયા છે, ચ - અને (તે), અકામહતસ્ય - તે લોક સુધીના ભોગોમાં કામનારહિત, શ્રોત્રિયસ્ય - શ્રોત્રિય (વેદજ્ઞ) ને તો સ્વતઃપ્રાપ્ત છે.

ભાવાર્થ : જન્મનું સ્થાન, પૂર્વ જન્મોનું જ્ઞાન અનેક શાસ્ત્રોક્ત વિધિથી પ્રભુકાર્ય કરીને જેમણે દેવભાવ પ્રાપ્ત કર્યો હોય તેઓ કર્મદેવ કહેવાય છે. તેમને આજાનજદેવ કરતાં પણ ઉચ્ચ કોટિના અનેકગણા આનંદની અનુભૂતિ પ્રાપ્ત થાય છે. તેઓ દેવતાઓના ભોગના આનંદથી આહત નથી હોતા તેથી તેવા ભોગોની કામના પણ કરતા નથી. કર્મદેવ વેદના રહસ્યોને સમજનારા શ્રોત્રિય, નિષ્કામ અને વિરકત હોય છે તેઓ અગ્નિહોત્ર

વગેરે વૈદિક કર્મો કરવાથી કર્મદેવ કહેવાય છે. તેઓ શ્રોત્રિય અને અકામહત હોય છે.

ते ये शतं कर्मदेवानां देवानामानन्दाः ।

स एकः देवानामानन्दः । श्रोत्रियस्य चाकामहतस्य ॥ ૧-H ॥

શબ્દાર્થ : તે - તેઓ (પૂર્વોક્ત), ये - જે, कर्मदेवानाम् देवानाम् - કર્મદેવ નામના દેવતાઓના, शतम् - એકસો, आनन्दाः - આનંદ છે, सः - તે, देवानाम् - દેવતાઓનો, एकः - એક, आनन्दः - આનંદ છે, च - અને (તે), अकामहतस्य - તે લોક સુધીના ભોગોમાં કામનારહિત, श्रोत्रियस्य - શ્રોત્રિય (વેદજ્ઞ) ને તો સ્વભાવથી જ પ્રાપ્ત થાય છે.

ભાવાર્થ : પરમાત્માની મનુષ્ય રચિત સૃષ્ટિની વ્યવસ્થામાં જે લોકો સકારાત્મક ભૂમિકા ભજવે છે અને તેમાં નિષ્કામભાવે પૂર્ણ સમય માટે પ્રવૃત્ત થાય છે તેવા દૈવી મનુષ્યોને દેવતા કહેવામાં આવે છે. તેમને કર્મદેવ કરતાં અનેકગણા આનંદની અનુભૂતિ સહજ પ્રાપ્ત થાય છે. (તેઓ તેત્રીસ દેવગણ યજ્ઞમાં હવિર્ભાગ લેનારા એટલે સમાજના સામૂહિક કાર્યોમાં જોડાયેલા હોય છે. આ પ્રકારના દેવો ભોગના આનંદની કામનાથી આહત થતા નથી, તેથી તેઓ અકામહત હોય છે. તેમને માટે આનંદ સ્વભાવસિદ્ધ હોય છે.)

ते ये शतं देवानामानन्दाः । स एकः इन्द्रस्यानन्दः ।

श्रोत्रियस्य चाकामहतस्य ॥ ૧-। ॥

શબ્દાર્થ : તે - તેઓ, ये - જે, देवानाम् - દેવતાઓના, शतम् - એકસો, आनन्दाः - આનંદ છે, सः - તે, इन्द्रस्य - ઇન્દ્રનો, एकः - એક, आनन्दः - આનંદ છે, च - અને (તે), अकामहतस्य - ઇન્દ્ર સુધી ભોગોમાં કામનારહિત, श्रोत्रियस्य - વેદવેત્તાને આપમેળે જ પ્રાપ્ત થાય છે.

ભાવાર્થ : ઇન્દ્રના આનંદની અનુભૂતિ દેવતાઓ કરતાં અનેકગણી વધારે હોય છે, કારણ કે ઇન્દ્ર દેવોનો રાજા છે. તેની કક્ષા ઊંચી છે. તે દેવતાઓની પ્રવૃત્તિઓનો સંકલનકાર છે. જે મનુષ્યને ઇન્દ્રના ભોગના આનંદની પણ ઇચ્છા નથી તેવા વેદજ્ઞ નિષ્કામ પુરુષને ઇન્દ્રની કક્ષાના આનંદની અનુભૂતિ સહજ પ્રાપ્ત થાય છે.

ते ये शतं शतमिन्द्रस्यानन्दाः । स एकः बृहस्पतेरानन्दः ।
श्रोत्रियस्य चाकामहतस्य ॥ ૧-J ॥

શબ્દાર્થ : તે - તે, યે - જે, इन्द्रस्य - ઇન્દ્રના, शतम् - એકસો, आनन्दाः - આનંદ છે, सः - તે, बृहस्पतेः - બૃહસ્પતિનો, एकः - એક, आनन्दः - આનંદ છે, च - અને (તે), अकामहतस्य - બૃહસ્પતિ સુધીના ભાગોમાં નિઃસ્પૃહ, श्रोत्रियस्य - વેદવેત્તાને સ્વતઃપ્રાપ્ત છે.

ભાવાર્થ : બૃહસ્પતિ ઇન્દ્રના પણ ગુરુ છે. એટલે એમના આનંદની અનુભૂતિની કક્ષા ઇન્દ્રના આનંદ કરતાં પણ વધારે હોય એ સ્વાભાવિક છે. મનુષ્ય ઉપાસના સહિત કર્મ કરતાં કરતાં જેમ જેમ આધ્યાત્મિક ઉન્નતિ પામે છે તેમ તેમ તેના આનંદની અનુભૂતિની માત્રા દ્વિગુણિત થતી જાય છે. જે મનુષ્ય બૃહસ્પતિના ભોગના આનંદની કામનાથી આહત થયેલો નથી તે ભોગાનંદને તુચ્છ અને અનિત્ય માનીને વિરકત થઈ ચૂકયો હોય છે. તેવા વેદના સકળ રહસ્યને જાણકાર મનુષ્ય બૃહસ્પતિના આનંદની અનુભૂતિની કક્ષાએ પહોંચી જાય છે.

વિવેચન : બૃહસ્પતિ એક દૃષ્ટિએ શિક્ષણ કાર્ય કરે છે. તેઓ મનુષ્ય-ગંધર્વ, દેવ-ગંધર્વ, પિતૃગણ, આજાનજ, કર્મદેવ, દેવતાઓ તથા ઇન્દ્રને પણ આનંદની અનુભૂતિની પ્રાપ્તિના ઉચ્ચ સ્તરે પહોંચાડવાનું શિક્ષણ કાર્ય કરે છે. સાધકે આ કક્ષાએ પહોંચવા માટે બૃહસ્પતિનું કાર્ય કરવાનું રહે છે. એટલે સાધકે જે જ્ઞાન મેળવ્યું છે તેને અન્યો સુધી પહોંચાડવાનું છે.

ते ये शतं बृहस्पतेरानन्दाः । स एकः प्रजापतेरानन्दः ।
श्रोत्रियस्य चाकामहतस्य ॥ ૧-K ॥

શબ્દાર્થ : તે - તે, યે - જે, बृहस्पतेः- બૃહસ્પતિના, शतम् - એકસો, आनन्दाः - આનંદ છે, सः - તે, प्रजापतेः - પ્રજાપતિનો, एकः - એક, आनन्दः - આનંદ છે, च - અને (તે), अकामहतस्य - પ્રજાપતિ સુધીના ભોગોમાં કામનારહિત, श्रोत्रियस्य - વેદવેત્તા પુરુષને સ્વતઃપ્રાપ્ત છે.

ભાવાર્થ : પ્રજાપતિ એટલે બ્રહ્મા. બ્રહ્મા એ બ્રહ્મનું અક્ષર સ્વરૂપ છે. પ્રજાપતિ એટલે વિરાટ, સકળ બ્રહ્માંડો. પ્રજાપતિ ત્રૈલોક્યધારી છે, શરીરધારી બ્રહ્મ જ છે. તે વ્યષ્ટિ -

સમષ્ટિ અને સમસ્ત સંસારમાં વ્યાપ્ત છે. આ કક્ષાએ પહોંચતાં આનંદના તમામ ભેદોનો સમન્વય થઈ જાય છે. પરબ્રહ્મ પરમાત્માની સૃષ્ટિના સર્જન માટેની એક શક્તિને જ બ્રહ્મા કહેવામાં આવે છે. બ્રહ્મા જ હિરણ્યગર્ભ એટલે સર્જનનના મૂળ સ્રોત છે.

વિવેચન : બ્રહ્મા પરમાત્માની સમગ્ર વ્યવસ્થા જાળવવા માટે ઉત્તરદાયી છે. તેઓ મનુષ્યોના ભૌતિક ઉપરાંત માનસિક રચયિતા પણ છે, અને પરમાત્માની યોજના પ્રમાણે સકળ વ્યવસ્થા જાળવવા માટે સતત સક્રિય હોય છે. આ પ્રકારનું કાર્ય કરનાર મનુષ્ય બ્રહ્મા સમકક્ષ આનંદની અનુભૂતિનો અધિકારી બને છે.

ते ये शतं प्रजापतेरानन्दः । स एकः ब्रह्मण आनन्दः ।
श्रोत्रियस्य चाकामहतस्य ॥ १-L ॥

શબ્દાર્થ : ते - તે, ये - જે, प्रजापतेः - પ્રજાપતિના, शतम् - એકસો, आनन्दाः - આનંદ છે, सः - તે, ब्रह्मणः - બ્રહ્માનો, एकः - એક, आनन्दः - આનંદ છે, च - અને (તે), अकामहतस्य - બ્રહ્મલોક સુધીના ભોગોમાં કામનારહિત, श्रोत्रियस्य - શ્રોત્રિય (વેદજ્ઞ) ને સ્વભાવથી જ પ્રાપ્ત છે.

ભાવાર્થ : મનુષ્યના આનંદ કરતાં હજારોગણો, સર્વોચ્ચ અને પરમ સાત્ત્વિક આનંદ એટલે બ્રહ્માનંદ. આ આનંદનું ચરમ શિખર છે. બ્રહ્માનંદ પ્રાપ્ત કરનાર મનુષ્ય જીવતે જીવ બ્રહ્મામાં લીન થઈ જાય છે, અને પાર્થિવ દેહ છોડ્યા પછી બ્રહ્મામાં વિલીન થઈ જાય છે. તેનું અંતઃકરણ પારદર્શક બની જાય છે. તે મુક્તાત્મા હોય છે. તેને પછી જન્મ લેવાની જરૂર રહેતી નથી. તેનો આનંદ અભેદ હોય છે. તે સૂક્ષ્મ દેહે બ્રહ્માંડમાં ઈચ્છે ત્યાં વિચરી શકે છે.

બ્રહ્માત્મૈકય - દૃષ્ટિનો ઉપસંહાર

स पश्चायं पुरुषे पश्चासावादित्ये स एकः । स य एवंविदस्माल्लोकात्प्रेत्य ।
एतमन्नमयमात्मानमुपसंक्रामति । एतं प्राणमयमात्मानमुपसंक्रामति ।
एतं मनोमयमात्मानमुपसंक्रामति । एतं विज्ञानमयमात्मानमुपसंक्रामति ।
एतमानन्दमयमात्मानमुपसंक्रामति । तदप्येष श्लोको भवति ॥ २ ॥

શબ્દાર્થ : સઃ - તે (પરમાત્મા), યઃ - જે, અયમ્ - આ, પુરુષે - મનુષ્યમાં, ચ - અને, યઃ - જે, અસૌ - તે, આદિત્યે ચ - સૂર્યમાં પણ છે; સઃ - તે (સર્વનો અંતર્યામી), એકઃ - એક જ છે, યઃ - જે, એવંવિત્ - આ પ્રમાણે જાણનારો છે, સઃ - તે, અસ્માત્ લોકાત્ - આ લોકમાંથી, પ્રેત્ય - વિદાય થઈને, એતમ્ અન્નમયમ્ આત્માનમ્ - આ અન્નમય આત્માને, ઉપસંક્રામતિ - પ્રાપ્ત થઈ જાય છે; એતમ્ પ્રાણમયમ્ આત્માનમ્ - આ પ્રાણમય આત્માને, ઉપસંક્રામતિ - પ્રાપ્ત થાય છે, એતમ્ મનોમયમ્ આત્માનમ્ - આ મનોમય આત્માને, ઉપસંક્રામતિ - પ્રાપ્ત થાય છે; એતમ્ વિજ્ઞાનમયમ્ આત્માનમ્ - આ વિજ્ઞાનમય આત્માને, ઉપસંક્રામતિ - પ્રાપ્ત થાય છે, તત્ - તેના વિષયમાં, એષઃ - આ (આગળ) કહેવામાં આવનારો, શ્લોકઃ - શ્લોક, ભવતિ - છે.

ભાવાર્થ : જે આ પુરુષમાં છે અને જે આ આદિત્યના અંતર્ગત છે, તે એક જ છે, એ પ્રકારે જાણવાવાળો આ લોકથી નિવૃત્ત થઈને આ અન્નમય, પ્રાણમય, મનોમય, વિજ્ઞાનમય, આનંદમય આત્માને પ્રાપ્ત થાય છે.

વિવેચન : આ શ્લોકની શરૂઆતમાં ઋષિ સમજાવે છે કે પરમાત્માના પ્રભાવથી વાયુ, સૂર્ય, અગ્નિ અને મૃત્યુ બધું જ પ્રવૃત્ત રહે છે. એટલે કે સમયસર પોતાની જવાબદારી પૂરી કરે છે. આ સમજાવવા પાછળનો આશય એ છે કે આપણે પરમાત્મા ઉપર સંપૂર્ણ શ્રદ્ધા રાખવી જોઈએ. તો જ આપણે કોઈપણ પરિસ્થિતિમાં કે તણાવમાં આવીએ નહીં. જેવી રીતે બાળક પોતાની મા પરની શ્રદ્ધાને લીધે ચિંતા રહિત થઈને રમી શકે છે.

પરબ્રહ્મ પરમાત્મા પૂર્ણાનંદ સ્વરૂપ છે અને જીવાત્મા અંતઃકરણની અશુદ્ધિઓને કારણે આંશિક આનંદની અનુભૂતિ મેળવતો હોય છે. સામાન્ય માણસ અત્યારે જે આનંદની સ્થિતિમાં રહે છે તેનાથી ઉચ્ચ પ્રકારની આનંદની અનુભૂતિ મેળવવા શું કરવું જેથી તે પૂર્ણ આનંદ સુધી પહોંચી શકે તે માટે ઋષિ સમજાવે છે કે જે માણસો ફક્ત ભૌતિક સાધનોમાં રચ્યા પચ્યા રહે છે અને ઉપાસનાનો આધાર લેતા નથી અથવા પરમાત્માની વ્યવસ્થામાં પોતાની ભૂમિકા નક્કી કરી અને તે પ્રમાણે જવાબદારી અદા કરતા નથી તેમને એક માનુષ આનંદથી વધુ આનંદની અનુભૂતિ મળી શકતી નથી. જ્યારે તે માણસ જેમ જેમ ગંધર્વ, દેવ, ઈન્દ્ર અને બૃહસ્પતિ સુધી દરેક સ્થિતિમાં

પહોંચતો જાય છે તેમ તેમ તેના આનંદની અનુભૂતિ સો-સો ગણી વધતી જાય છે અને અંતે મોક્ષ અને કૈવલ્યની સ્થિતિએ અનંત આનંદ મેળવી શકે છે. માનુષ આનંદથી વધુ આનંદની અનુભૂતિ મેળવવી હોય તો આપ્ત કામ (જેની બધી જ કામનાઓ પૂરી થઈ ગઈ છે) અને અકામહત (જેમને નવી કોઈ કામનાઓ સ્પર્શી શકતી નથી) સ્થિતિ જળવાવી જોઈએ.

આનંદની અનુભૂતિ એટલે જ પરમની અનુભૂતિ. મનુષ્ય જીવનની યાત્રા એક આનંદયાત્રા છે. સમસ્ત જીવો આનંદમાંથી પ્રગટ થાય છે, આનંદપૂર્ણ જીવન જીવી શકે છે અને આનંદમાં લય પામી શકે છે, જો તે જ્ઞાની, કર્મઠ અને પ્રભુકાર્યમાં સહાયક બને તો.

સુખ સ્થૂળ અને હંગામી હોય છે. આનંદ સૂક્ષ્મ અને કાયમી હોય છે, જે ભીતરથી પ્રગટ થાય છે. તેના અનુભવ પછી સાધક નાચ્યા વગર રહી જ ન શકે. સામાન્ય સાધકનું પણ જો માઈન્ડ ટ્યૂનિંગ થાય તો તે દરેક સ્થળે, પ્રત્યેક સમયે, કોઈ પણ પરિસ્થિતિમાં, સામે ગમે તેવી વ્યક્તિ કે પદાર્થ હોય તો પણ આનંદમાં રહી શકે છે.

આ શાસ્ત્ર આનંદમાં રહેવાનું શિક્ષણ આપે છે. તે મેળવ્યા પછી સાધકની સમજ સ્પષ્ટ થઈ જાય છે. દૃષ્ટિ સ્થિર થઈ જાય છે. તે સ્થિતપ્રજ્ઞ બની જાય છે, એટલે તે આનંદમાં સ્થિર રહે છે તેને દેહભાવો વિચલિત કરી શકતા નથી. તેને કોઈ વિષાદમાં લઈ જઈ શકે નહીં.

જીવન છે, શરીર છે, ત્યાં સુધી મનુષ્યે વિપરીત પરિસ્થિતિને બદલવા માટે પ્રભુ પ્રીત્યર્થે સતત યોગદાન આપતાં રહેવું જોઈએ. એ જ સાધના છે.

નવમો અનુવાક

બ્રહ્માનંદનો અનુભવ કરનારા વિદ્વાનની અભયપ્રાપ્તિ

યતૌ વાચો નિવર્તન્તે અપ્રાપ્ય મનસા સહ ।
આનન્દં બ્રહ્મણો વિદ્વાન્ ન બિભેતિ કુતશ્ચનેતિ ॥ ૧-A ॥

શબ્દાર્થ : *મનસા સહ* - મન સહિત, *વાચઃ* - વાણી વગેરે બધી ઈન્દ્રિયો, *યતઃ* - જ્યાંથી, *અપ્રાપ્ય* - તેને ન પામી, *નિવર્તન્તે* - પાછી ફરે છે, *(તસ્ય) બ્રહ્મણઃ* - (તે) બ્રહ્મના, *આનન્દમ્* - આનંદને, *વિદ્વાન્* - જાણનારો

(મહાપુરુષ), कुतश्चन - કોઈથી પણ, न बिभेति - ભય પામતો નથી, इति - આ પ્રમાણે આ શ્લોક છે.

ભાવાર્થ : જ્યાંથી મન સહિત વાણી એને પ્રાપ્ત કર્યા વગર પાછી ફરે છે એ બ્રહ્મના આનંદને જાણવાવાળો કોઈથી પણ ભયભીત નથી થતો.

एतꣳह वाव न तपति । किमहꣳसाधु नाकरवम् । किमहं पापमकरवमिति । स य एवं विद्वानेते आत्मानꣳस्पृणुते । उभे ह्येवैष एते आत्मानꣳस्पृणुते । य एवं वेद । इत्युपनिषत् ॥ १-B ॥

શબ્દાર્થ : ह वाव - આ પ્રસિદ્ધ જ છે કે, एतम् - આ (મહાપુરુષ) ને, (આ વાત), न तपति - સંતાપતી નથી કે, अहम् - મેં, किम् - શા માટે, साधु - શ્રેષ્ઠ કર્મ, न अकरवम् - કર્યું નહીં, किम् - (અથવા) શાથી, अहम् - મેં, पापम् - પાપાચરણ, अकरवम् इति - કર્યું, यः - જે, एते - આ પુણ્ય - પાપ કર્મોને, एवम् - આ પ્રમાણે (સંતાપનો હેતુ), विद्वान् - જાણનારો છે; सः - તે, आत्मानम् स्पृणुते - આત્માની રક્ષા કરે છે, हि - અવશ્ય જ, यः - જે, एते - આ પુણ્ય અને પાપ, उभे एव - બન્ને જ કર્મોને, एवम् - આ પ્રમાણે (સંતાપનો હેતુ), वेद - જાણે છે, एष: - તે આ પુરુષ, आत्मानम् - આત્માની રક્ષા કરે છે, इति - આ પ્રમાણે, उपनिषत् - ઉપનિષદની બ્રહ્માનંદવલ્લી પૂરી થઈ.

ભાવાર્થ : એ વિદ્વાનને મેં પાપકર્મ કેમ કર્યું, અથવા પુણ્યકર્મ કેમ ન કર્યું ? આ પ્રકારની ચિન્તા થતી નથી અને બ્રહ્મને જાણવાવાળો વિદ્વાન પોતાના આત્માને પ્રસન્ન કરે છે અને આત્મા તેની રક્ષા કરે છે.

વિવેચન : હવે બ્રહ્મજ્ઞાનનું વર્ણન કરતાં ઋષિ સમજાવે છે કે, એકવાર જેને બ્રહ્મજ્ઞાન પ્રાપ્ત થઈ જાય તેને કોઈ ભયભીત કરી શકતું નથી, પાપ કે પુણ્ય તેને સ્પર્શ કરી શકતાં નથી, તેના હ્રદયમાં શોકનું કોઈ સ્થાન હોતું નથી, તે સદાય પ્રસન્ન રહે છે, એ કોઈપણ કાર્યમાં પાછો પડતો નથી અને આત્મા તેની સદાય રક્ષા કરે છે.

ભૃગુવલ્લી - વલ્લી - ૩

પ્રથમ અનુવાક

ભૃગુએ પોતાના પિતા વરુણને કરેલા બ્રહ્મવિદ્યાવિષયક પ્રશ્ન તથા વરુણનો બ્રહ્મોપદેશ

ભૃગુર્વૈ વારુણિઃ વરણં પિતરમુપસસાર અધીહિ ભગવો બ્રહોતિ ।
તસ્મા એતત્પ્રોવાચ । અન્નં પ્રાણં ચક્ષુઃ શ્રોત્રં મનો વાચમિતિ ।
તઽહોવાચ । યતો વા ઇમાનિ ભૂતાનિ જાયન્તે ।
યેન જાતાનિ જીવન્તિ । યત્પ્રયન્ત્યભિસંવિશન્તિ તદ્વિજિજ્ઞાસસ્વ ।
તદ્બ્રહોતિ । સ તપોઽતપ્યત । સ તપસ્તપ્ત્વા ॥ ૧ ॥

શબ્દાર્થ : વૈ - આ પ્રસિદ્ધ છે કે, વારુણિઃ - વરુણનો પુત્ર, ભૃગુ - ભૃગુ, પિતરમ્ - પોતાના પિતા, વરુણમ્ ઉપસસાર - વરુણની પાસે ગયો (અને વિનયપૂર્વક બોલ્યો), ભગવઃ - ભગવન્ ! (મને), બ્રહ્મ અધીહિ - બ્રહ્મનો ઉપદેશ કરો; ઇતિ - આ પ્રમાણે પ્રાર્થના, કરવાથી, તસ્મૈ - તેને (વરુણે), એતત્ - આ, પ્રોવાચ - કહ્યું, અન્નમ્ - અન્ન, પ્રાણમ્ - પ્રાણ, ચક્ષુઃ - નેત્ર, શ્રોત્રમ્ - શ્રોત્ર, મનઃ - મન, (અને) વાચમ્ - વાણી, ઇતિ - આ પ્રમાણે (આ બધાં બ્રહ્મની ઉપલબ્ધિનાં દ્વાર છે), તમ્ હ ઉવાચ - ફરીથી (વરુણે) તેને કહ્યું, વૈ - નિશ્ચય જ, ઇમાનિ - આ બધાં પ્રત્યક્ષ દેખાતાં, ભૂતાનિ - પ્રાણીઓ, યતઃ - જેનાથી, જાયન્તે - ઉત્પન્ન થાય છે, જાતાનિ - ઉત્પન્ન થઈ ને, યેન - જેનાથી, જીવન્તિ - જીવતાં રહે છે, (તથા), પ્રયન્તિ - (અંતમાં આ લોકથી) પ્રયાણ કરતી વખતે, યત્ અભિસંવિશન્તિ - જેમાં પ્રવેશ કરે છે, તત્ - તેને, વિજિજ્ઞાસસ્વ - તત્ત્વથી જાણવાની ઇચ્છા કર; તત્ - તે જ, બ્રહ્મ - બ્રહ્મ છે, ઇતિ - આ પ્રમાણે (પિતાની વાત સાંભળીને), સઃ - તેણે, તપઃ અતપ્યત - તપ કર્યું, સઃ - તેણે, તપઃ તપ્ત્વા - તપ કરીને.

ભાવાર્થ : વરુણના સુપ્રસિદ્ધ પુત્ર ભૃગુ પોતાના પિતા વરુણની પાસે ગયા અને

બોલ્યા 'ભગવન્ ! મને બ્રહ્મનો બોધ કરાવો', વરુણ બોલ્યા 'અન્ન, પ્રાણ, નેત્ર, શ્રોત્ર, મન અને વાક્ આ બધાં બ્રહ્મની ઉપલબ્ધિનાં દ્વાર છે. પછી બોલ્યા : જેનાથી નિશ્ચય જ આ બધું ઉત્પન્ન થાય છે અને એના આશ્રય પર જીવિત રહે છે અને અંતમાં એમાં જ લીન થાય છે. એને વિશેષરૂપે જાણવાની ઈચ્છા કર, આ જ બ્રહ્મ છે ત્યારે એમણો તપ કર્યું.

વિવેચન : ઋષિ વ્યાપક બ્રહ્મનાં સર્વ અંગો જેવાં કે અન્ન, પ્રાણ અને ઈન્દ્રિયોનો સમજ પૂર્વક ઉપયોગ કરવાથી તેમને બ્રહ્મ પ્રાપ્તિનાં દ્વાર ગણાવે છે. અન્નનો અર્થ જરૂરી સમૃદ્ધ જીવન જીવવા માટે જે કોઈ જરૂરી વસ્તુઓ છે તે બધીને અન્ન સમજવી જોઈએ અને તેનો ઉપયોગ જરૂરિયાત પૂરતો જ કરવો જોઈએ. પ્રાણ એટલે આપણા શરીરને ટકાવવા માટે મુખ્ય વસ્તુ આપણી અંદર રહેલો પ્રાણ છે. તેવી જ રીતે કોઈપણ વસ્તુનો મુખ્ય આધારભૂત એટલે કે જે તેને જીવંત રાખે છે તેને તેનો પ્રાણ કહેવાય. જે રીતે ઈન્દ્રિયો આપણી બહાર કાર્ય કરતી હોય છે તેવી જ રીતે તે અંતરમુખી પણ હોવી જોઈએ, તે હંમેશાં સતેજ રહેવી જોઈએ.

બીજો અનુવાક

ભૃગુનું ફરીથી વરુણ પાસે આગમન અને
તેના ઉપદેશથી પુનઃ તપનું આચરણ

અન્નં બ્રહ્મેતિ વ્યજાનાત્ । અન્નાદ્ધ્યેવ ખલ્વિમાનિ ભૂતાનિ જાયન્તે । અન્નેન જાતાનિ જીવન્તિ । અન્નં પ્રયન્ત્યભિસંવિશન્તીતિ તદ્વિજ્ઞાય પુનરેવ વરુણં પિતરમુપસસાર । અધીહિ ભગવો બ્રહ્મેતિ । તꣳહોવાચ । તપસા બ્રહ્મ વિજિજ્ઞાસસ્વ । તપો બ્રહ્મેતિ । સ તપોઽતપ્યત । સ તપસ્તપ્ત્વા ।

શબ્દાર્થ : અન્નમ્ - અન્ન, બ્રહ્મ - બ્રહ્મ છે, ઇતિ - આ પ્રમાણે, વ્યજાનાત્ - જાણ્યું, હિ - કારણ કે, ખલુ - ખરેખર, અન્નાત્ - અન્નથી, એવ - જ, ઇમાનિ - આ બધાં, ભૂતાનિ - પ્રાણીઓ, જાયન્તે - ઉત્પન્ન થાય છે, જાતાનિ - ઉત્પન્ન થઈને, અન્નેન - અન્નનથી જ, જીવન્તિ - જીવિત રહે છે,

— ૬૮ —

(અને) **प्रयन्ति** - (અંતમાં અહીંથી) પ્રયાણ કરતી વખતે, **अन्नम् अभिसंविशन्ति** - અન્નમાં જ પ્રવિષ્ટ થાય છે, **इति** - આ પ્રમાણે, **तत्** - તેને, **विज्ञाय** - જાણીને, (તે) **पुनः** - ફરીથી, **पितरम्** - પોતાના પિતા, **वरुणम् एव उपससार** - વરુણની જ પાસે ગયો, (અને બોલ્યો) **भगवः** - ભગવન્ ! (મને) **ब्रह्म अधीहि** - બ્રહ્મનો બોધ કરો, **इति** - એટલે, **तम् ह उवाच** - તેને સુપ્રસિદ્ધ વરુણ ઋષિએ કહ્યું, **तपः** - તપથી, **ब्रह्म** - બ્રહ્મને, **विजिज्ञासस्व** - તત્ત્વથી જાણવાની ઇચ્છા કર, **तपः** - તપ જ, **ब्रह्म** - બ્રહ્મ છે, **इति** - આ પ્રમાણે, (પિતાની આજ્ઞા પામીને), **सः** - તેણે, **तपः अतप्यत** - (ફરીથી) તપ કર્યું, **सः** - તેણે, **तपः तप्त्वा** - તપ કરીને.

ભાવાર્થ : અન્ન જ બ્રહ્મ છે, કારણ કે અન્નથી જ સર્વ પ્રાણી ઉત્પન્ન થાય છે, ઉત્પન્ન થઈને જીવિત રહે છે, તથા પ્રયાણ કરતી સમયે અન્નમાં લીન થઈ જાય છે, એવું જાણીને એ પાછા પોતાના પિતા વરુણની પાસે ગયા અને બોલ્યા 'ભગવન્ ! મને બ્રહ્મનો ઉપદેશ કરો', વરુણે એને કહ્યું : 'બ્રહ્મને તપ દ્વારા જાણવાની ઇચ્છા કર, તપ જ બ્રહ્મ છે' ત્યારે એણે તપ કર્યું.

વિવેચન : હવે પાંચ કોષની વાત ફરીથી કરે છે અને સમજાવે છે કે, સમસ્ત જીવ સૃષ્ટિ એમનાં શરીરો અન્નમાંથી (પંચમહાભૂતમાંથી) જ બનાવે છે. અન્ન દ્વારા જ તેનું પોષણ થાય છે અને જીવનકાળ પૂરો થતાં એ શરીરો અન્નમાં (પંચમહાભૂતમાં) જ ભળી જાય છે.

અહીં આશય એ છે કે અન્ન એટલે ભૌતિક જીવનની તમામ જરૂરિયાતો. તેમાં સમૃદ્ધ જીવન માટેના સર્વ સ્રોતો આવી જાય છે. તેથી ભૌતિક સમૃદ્ધિની અવગણના કરવા જેવું નથી. આધ્યાત્મિક પ્રગતિ માટે જરૂરી તમામ ભૌતિક સ્રોતોની ઉપેક્ષા ન કરી શકાય.

જ્યારે ફરીથી શિષ્ય પૂછે છે ત્યારે ઋષિ સમજાવે છે કે, બ્રહ્મને તપ દ્વારા સમજવાનો પ્રયત્ન કરો. અર્થાત્ બ્રહ્મને સમજવા માટે કોઈપણ પ્રકારના કષ્ટની પરવા કર્યા વગર પ્રવૃત્ત રહેવું જોઈએ.

ત્રીજો અનુવાક

પ્રાણ જ બ્રહ્મ છે એમ જાણી ભૃગુનું ફરી વરુણની પાસે
આગમન અને તેના ઉપદેશથી પુનઃ તપનું આચરણ

પ્રાણો બ્રહ્મેતિ વ્યજાનાત્ । પ્રાણાદ્ધ્યેવ ખલ્વિમાનિ ભૂતાનિ જાયન્તે ।
પ્રાણેન જાતાનિ જીવન્તિ । પ્રાણં પ્રયન્ત્યભિસંવિશન્તીતિ તદ્વિજ્ઞાય
પુનરેવ વરુણં પિતરમુપસસાર । અધીહિ ભગવો બ્રહ્મેતિ ।
તꣳહોવાચ । તપસા બ્રહ્મ વિજિજ્ઞાસસ્વ ।
તપો બ્રહ્મેતિ । સ તપોઽતપ્યત । સ તપસ્તપ્ત્વા ॥ ૧ ॥

શબ્દાર્થ : પ્રાણઃ - પ્રાણ, બ્રહ્મ - બ્રહ્મ છે, ઈતિ - આ પ્રમાણે, વ્યજાનાત્ - જાણ્યું, હિ - કારણ કે, ખલુ - ખરેખર, પ્રાણાત્ - પ્રાણથી, એવ - જ, ઇમાનિ - આ બધાં, ભૂતાનિ - પ્રાણીઓ, જાયન્તે - ઉત્પન્ન થાય છે, જાતાનિ - ઉત્પન્ન થઈને, પ્રાણેન - પ્રાણથી જ, જીવન્તિ - જીવે છે, (અને) પ્રયન્તિ - (અંતમાં અહીંથી) પ્રયાણ કરતી વખતે, પ્રાણમ્ અભિસંવિશન્તિ - પ્રાણમાં જ સર્વ રીતે પ્રવિષ્ટ થઈ જાય છે, ઇતિ - આ પ્રમાણે, તત્ - તેને, વિજ્ઞાય - જાણીને, પુનઃ - ફરીથી, પિતરમ્ વરુણમ્ એવ ઉપસસાર - પોતાના પિતા વરુણની જ પાસે ગયો, (અને બોલ્યો) ભગવઃ - ભગવન્ ! - બ્રહ્મ અધીહિ (મને) બ્રહ્મનો ઉપદેશ કરો, ઇતિ - આ પ્રમાણે પ્રાર્થના કરતાં, હ તમ્ ઉવાચ - સુપ્રસિદ્ધ વરુણ ઋષિએ કહ્યું, બ્રહ્મ - બ્રહ્મને, તપસા - તપથી, વિજિજ્ઞાસસ્વ - તત્ત્વતઃ જાણવાની ઈચ્છા કર, તપઃ - તપ જ, બ્રહ્મ - બ્રહ્મ અર્થાત્ તેની પ્રાપ્તિનું મોટું સાધન છે, ઇતિ - આ પ્રમાણે, પિતાની આજ્ઞા પામીને, સઃ - તેણે, તપઃ અતપ્યત - (ફરીથી) તપ કર્યું, સઃ - તેણે, તપઃ તપ્ત્વા - તપ કરીને.

ભાવાર્થ : પ્રાણ બ્રહ્મ છે એવું જાણ્યું કારણ કે નિશ્ચય પ્રાણથી જ પ્રાણી ઉત્પન્ન થાય છે, પ્રાણથી જીવિત રહે છે અને મરણોન્મુખ થયા પછી પ્રાણમાં જ લીન થાય છે, એવું જાણ્યા પછી એ એના પિતા વરુણ પાસે ગયા અને બોલ્યા

'ભગવન્ ! મને બ્રહ્મનો ઉપદેશ કરો', ત્યારે વરુણે કહ્યું તું તપથી બ્રહ્મને જાણવાની ઈચ્છા કર, તપ જ બ્રહ્મ છે. ત્યારે એમણે તપ કર્યું.

વિવેચન : પ્રાણમય કોષને સમજાવતાં લખે છે કે, સમસ્ત જીવસૃષ્ટિ પ્રાણમાંથી જ ઉત્પન્ન થાય છે અને પ્રાણ દ્વારા જ જીવિત રહે છે તથા છેલ્લે પ્રાણ જ જીવાત્માને લઈ જાય છે માટે પ્રાણની બ્રહ્મ તરીકે જ ઉપાસના કરવી જોઈએ.

ચોથો અનુવાક

મન જ બ્રહ્મ છે એમ જાણી ભૃગુનું ફરીથી વરુણની પાસે આગમન ને તેના ઉપદેશથી પુનઃ તપનું આચરણ

મનો બ્રહ્મેતિ વ્યજાનાત્ । મનસો હ્યેવ ખલ્વિમાનિ ભૂતાનિ જાયન્તે ।
મનસા જાતાનિ જીવન્તિ । મનઃ પ્રયન્ત્યભિસંવિશન્તીતિ તદ્વિજ્ઞાય
પુનરેવ વરુણં પિતરમુપસસાર । અધીહિ ભગવો બ્રહ્મેતિ ।
તꣳહોવાચ । તપસા બ્રહ્મ વિજિજ્ઞાસસ્વ ।
તપો બ્રહ્મેતિ । સ તપોઽતપ્યત । સ તપસ્તપ્ત્વા ॥ ૧ ॥

શબ્દાર્થ : મનઃ - મન, બ્રહ્મ - બ્રહ્મ છે, ઇતિ - આ પ્રમાણે, વ્યજાનાત્ - જાણ્યું, હિ - કારણ કે, ખલુ - ખરેખર, મનસઃ - મનથી, એવ - જ, ઇમાનિ - આ બધાં, ભૂતાનિ - પ્રાણીઓ, જાયન્તે - ઉત્પન્ન થાય છે, જાતાનિ - ઉત્પન્ન થઈને, મનસા - મનથી જ, જીવન્તિ - જીવે છે, (તેમજ) પ્રયન્તિ - (આ લોકથી) પ્રયાણ કરતી વખતે, મનઃ અભિસંવિશન્તિ - (છેવટે) મનમાં જ સર્વ પ્રકારથી પ્રવિષ્ટ થાય છે, ઇતિ - આ પ્રમાણે, તત્ - તે બ્રહ્મને વિજ્ઞાય - જાણીને, પુનઃ એવ - ફરીથી પણ, પિતરમ્ - પોતાના પિતા, વરુણમ્ ઉપસસાર - વરુણની જ પાસે ગયો, (અને બોલ્યો) ભગવઃ - ભગવન્ ! બ્રહ્મ અધીહિ - (મને) - બ્રહ્મનો ઉપદેશ આપો, ઇતિ - આ પ્રમાણે (પ્રાર્થના કર્યાથી), હ તમ્ ઉવાચ - સુપ્રસિદ્ધ વરુણ ઋષિએ તેમને કહ્યું, બ્રહ્મ - બ્રહ્મને, તપસા - તપથી, વિજિજ્ઞાસસ્વ - તત્ત્વથી જાણવાની ઈચ્છા કર, તપઃ - તપ જ, બ્રહ્મ

- બ્રહ્મ છે, इति - આ પ્રમાણે પિતાની આજ્ઞા પામીને, सः - તેણે, तपः अतप्यत - તપ કર્યું, सः - તેણે, तप्त्वा - તપ કરીને.

ભાવાર્થ : મન જ બ્રહ્મ છે કારણ કે નિશ્ચય મનથી આ જીવ ઉત્પન્ન થાય છે અને ઉત્પન્ન થઈને મન દ્વારા જ જીવિત રહે છે, અને અંતમાં પ્રયાણ સમયે મનમાં જ લીન થાય છે એવું જાણીને એ પાછા પિતા વરુણ પાસે ગયા અને બોલ્યા 'ભગવન્ ! મને બ્રહ્મનો ઉપદેશ કરો', ત્યારે વરુણે કહ્યું તું તપથી બ્રહ્મને જાણવાની ઈચ્છા કર, તપ જ બ્રહ્મ છે. ત્યારે એમણે તપ કર્યું.

વિવેચન : મનોમય કોષને સમજાવતાં ઋષિ લખે છે કે, સમસ્ત જીવસૃષ્ટિ મનમાંથી જ ઉત્પન્ન થાય છે અને મન દ્વારા જ વ્યવહાર ચલાવે છે. તથા અંતે તે મનમાં જ લીન થાય છે. માટે મનની જ બ્રહ્મ તરીકે ઉપાસના કરવી જોઈએ.

પાંચમો અનુવાક

વિજ્ઞાન જ બ્રહ્મ છે એમ જાણી ભૃગુનું ફરીથી વરુણની પાસે આગમન અને તેના ઉપદેશથી પુનઃ તપનું આચરણ

વિજ્ઞાનં બ્રહ્મેતિ વ્યજાનાત્ । વિજ્ઞાનાદ્ધ્યેવ ખલ્વિમાનિ ભૂતાનિ જાયન્તે । વિજ્ઞાનેન જાતાનિ જીવન્તિ । વિજ્ઞાનં પ્રયન્ત્યભિસંવિશન્તીતિ । તદ્વિજ્ઞાય પુનરેવ વરુણં પિતરમુપસસાર । અધીહિ ભગવો બ્રહ્મેતિ । તઁ હોવાચ । તપસા બ્રહ્મ વિજિજ્ઞાસસ્વ । તપો બ્રહ્મેતિ । સ તપોઽતપ્યત । સ તપસ્તપ્ત્વા ॥ ૧ ॥

શબ્દાર્થ : विज्ञानम् - વિજ્ઞાન, ब्रह्म - બ્રહ્મ છે, इति - આ પ્રમાણે, व्यजानात् - જાણ્યું, हि - કારણ કે, खलु - સાચે જ, विज्ञानात् - વિજ્ઞાનથી, एव - જ, इमानि - આ બધાં, भूतानि - પ્રાણીઓ, जायन्ते - ઉત્પન્ન થાય છે, जातानि - ઉત્પન્ન થઈને, विज्ञानेन - વિજ્ઞાનથી જ, जीवन्ति - જીવે છે, (અને) प्रयन्ति - છેવટે અહીંથી પ્રયાણ કરતી વખતે, विज्ञानम् अभिसंविशन्ति - વિજ્ઞાનમાં પ્રવિષ્ટ થઈ જાય છે, इति - આ પ્રમાણે, तत् - બ્રહ્મને, विज्ञाय

- જાણીને, પુનઃ એવ - (તે) ફરીથી તેવી જ રીતે, **પિતરમ્ વરુણમ ઉપસસાર્** - પોતાના પિતા વરુણની પાસે ગયો, (અને બોલ્યોઃ) **ભગવઃ** - ભગવન્ ! **બ્રહ્મ અધીહિ** - (મને) બ્રહ્મનો ઉપદેશ કરો, **ઇતિ** - આ પ્રમાણે કહેવાથી, **હ તમ્ ઉવાચ** - સુપ્રસિદ્ધ વરુણ ઋષિએ કહ્યું, **બ્રહ્મ** - બ્રહ્મને, **તપસા** - (તું) તપથી, **વિજિજ્ઞાસસ્વ** - તત્ત્વથી જાણવાની ઇચ્છા કર, **તપઃ** - તપ જ, **બ્રહ્મ** - બ્રહ્મ છે, **ઇતિ** - આ પ્રમાણે, પિતાની આજ્ઞા પામીને, **સઃ** - તેણે, **તપઃ અતપ્યત** - ફરીથી તપ કર્યું, **સઃ** - તેણે, **તપઃ તપ્ત્વા** - તપ કરીને.

ભાવાર્થ : વિજ્ઞાન જ બ્રહ્મ છે એવું જાણ્યું, કારણ કે નિશ્ચય વિજ્ઞાનથી જ આ સર્વ જીવ ઉત્પન્ન થાય છે, ઉત્પન્ન થયા પછી વિજ્ઞાનથી જીવિત રહે છે, અને અંતમાં પ્રયાણ કરતા સમયે વિજ્ઞાનમાં જ લીન થાય છે એવું જાણીને એ પાછા પિતા વરુણ પાસે ગયા અને બોલ્યા 'ભગવન્ ! મને બ્રહ્મનો ઉપદેશ કરો', ત્યારે વરુણે કહ્યું તું તપથી બ્રહ્મને જાણવાની ઇચ્છા કર, તપ જ બ્રહ્મ છે. ત્યારે એમણે તપ કર્યું.

વિવેચન : વિજ્ઞાનમય કોષને સમજાવતાં ઉપનિષદકાર લખે છે કે, સમસ્ત જીવસૃષ્ટિ વિજ્ઞાનમાંથી જ ઉત્પન્ન થાય છે અને વિજ્ઞાન દ્વારા જ વ્યવહાર ચલાવે છે અને અંતે તે વિજ્ઞાનમાં જ લીન થાય છે. માટે વિજ્ઞાનની જ બ્રહ્મ તરીકે ઉપાસના કરવી જોઈએ.

છઠ્ઠો અનુવાક

આનંદ જ બ્રહ્મ છે એવો ભૃગુનો નિશ્ચય તથા ભાર્ગવી
વારુણી વિદ્યાનું મહત્ત્વ અને ફળ

આન્નદો બ્રહ્મેતિ વ્યજાનાત્ । આનન્દાદ્ધ્યેવ ખલ્વિમાનિ
ભૂતાનિ જાયન્તે । આનન્દેન જાતાનિ જીવન્તિ । આનન્દં
પ્રયન્ત્યભિસંવિશન્તીતિ । સૈષા ભાર્ગવી વારુણી વિદ્યા પરમે વ્યોમેન્
પ્રતિષ્ઠિતા । સ ય એવં વેદ પ્રતિતિષ્ઠતિ । અન્નવાન્નાદો ભવતિ
મહાન્ ભવતિ, પ્રજયા પશુભિર્બ્રહ્મવર્ચસેન । મહાન્ કીર્ત્યા ।। ૧ ।।

શબ્દાર્થ : आनन्दः - આનંદ જ, ब्रह्म - બ્રહ્મ છે, इति - આ પ્રમાણે, व्यजानात् - ચોક્કસ રીતે જાણ્યું, हि - કારણ કે, खलु - ખરેખર, आनन्दात् - આનંદથી, एव - જ, इमानि - આ બધાં, भूतानि - પ્રાણીઓ, जायन्ते - ઉત્પન્ન થાય છે, जातानि - ઉત્પન્ન થઈને, आनन्देन - આનંદથી જ, जीवन्ति - જીવે છે, प्रयन्ति - (તથા) - આ લોકથી પ્રયાણ કરતી વખતે, (અંતમાં) आनन्दम् अभिसंविशन्ति - આનંદમાં જ પ્રવિષ્ટ થઈ જાય છે, इति - આ પ્રમાણે જાણ્યા પછી તેને પરબ્રહ્મનું પૂરું જ્ઞાન થઈ ગયું, सः - તે, एषा - આ, भार्गवी - ભૃગુએ જાણેલી, वारुणी - અને વરુણે ઉપદેશેલી, विद्या - વિદ્યા, परमे व्योमन् - વિશુદ્ધ આકાશસ્વરૂપ પરબ્રહ્મ પરમાત્મામાં, प्रतिष्ठिता - પૂર્ણપણે સ્થિત છે, यः - જે કોઈ (બીજો સાધક) પણ, एवम् - આ પ્રમાણે (આનંદસ્વરૂપ બ્રહ્મને), वेद - જાણે છે, सः - તે, प्रतितिष्ठति - (બ્રહ્મમાં) સ્થિત થઈ જાય છે, (એટલું જ નહીં, આ લોકમાં લોકોની નજરમાં પણ) अन्नवान् - ઘણા અન્નવાળો, अन्नादः - અને અન્નને સારી પેઠે પચાવવાની શક્તિવાળો, भवति - થઈ જાય છે, (તેમજ) प्रजया - સંતાનથી, पशुभिः - પશુઓથી, (તથા) ब्रह्मवर्चसेन - બ્રહ્મતેજથી યુક્ત થઈને, महान् - મહાન, भवति - થઈ જાય છે, कीर्त्या (अपि) - ઉત્તમ કીર્તિ દ્વારા પણ, महान् - મહાન, भवति - થઈ જાય છે.

ભાવાર્થ : આનંદ જ બ્રહ્મ છે, એવું જાણ્યું, કારણ કે આનંદથી જ આ સર્વ પ્રાણી ઉત્પન્ન થાય છે ઉત્પન્ન થયા પછી આનંદથી જીવિત રહે છે, અને અંતમાં પ્રયાણ સમયે આનંદમાં જ લીન થાય છે. જે એવું જાણે છે એ બ્રહ્મમાં સ્થિત થાય છે. એ અન્નવાન અને અન્નનો ભોક્તા હોય છે, પ્રજા, પશુ અને બ્રહ્મતેજના કારણે મહાન હોય છે તથા કીર્તિને કારણે પણ મહાન હોય છે.

વિવેચન : આનંદમય કોષને સમજાવતાં ઋષિ લખે છે કે, સમસ્ત જીવસૃષ્ટિ આનંદમાંથી જ ઉત્પન્ન થાય છે અને આનંદ દ્વારા જ વ્યવહાર ચલાવે છે અને અંતે તે આનંદમાં જ લીન થાય છે. માટે આનંદની જ બ્રહ્મ તરીકે ઉપાસના કરવી જોઈએ.

વિવેચન : જેવી રીતે પંચમહાભૂતોનો બ્રહ્મતત્ત્વમાંથી આકાશ દ્વારા ક્રમાનુસાર આવિર્ભાવ થાય છે અને દરેક તત્ત્વમાં તેનાં અગાઉનાં તત્ત્વો તેમાં સૂક્ષ્મરૂપે રહે છે તેવી જ રીતે જીવમાં અંતઃકરણ રૂપે આવિષ્કાર થાય છે.

બ્રહ્મતત્ત્વમાંથી પ્રથમ આવિષ્કાર પ્રજ્ઞાનો થાય છે અને પ્રજ્ઞાની અંદર સૂક્ષ્મ રૂપે બ્રહ્મતત્ત્વ રહે છે. પ્રજ્ઞામાંથી મનનો આવિષ્કાર થાય છે. મનની અંદર પ્રજ્ઞા અને બ્રહ્મતત્ત્વ સૂક્ષ્મ રૂપે રહે છે. તે જ પ્રમાણે મનમાંથી પ્રાણ અને ઇન્દ્રિયોની તન્માત્રાઓનો આવિષ્કાર થાય છે અને તેમાં પણ બ્રહ્મ, પ્રજ્ઞા અને મન સૂક્ષ્મરૂપે રહેલાં છે. એટલે જ દરેકે દરેક જગ્યાએ (સ્થૂળ અને સૂક્ષ્મ)માં પરમાત્મા રહેલા છે. માટે અંતઃકરણ અને પંચમહાભૂતની બ્રહ્મ તરીકે ઉપાસના કરવી જોઈએ.

<h2 style="text-align:center">સાતમો અનુવાક</h2>

અન્નને ન નિંદવારૂપ વ્રત તથા શરીર અને પ્રાણરૂપ
અન્નબ્રહ્મના ઉપાસકને મળનારા ફળનું વર્ણન

અન્નં ન નિન્દ્યાત્ । તદ્વ્રતમ્ । પ્રાણો વા અન્નમ્ । શરીરમન્નાદમ્ ।
પ્રાણે શરીરં પ્રતિષ્ઠિતમ્ । શરીરે પ્રાણઃ પ્રતિષ્ઠિતઃ ।
તદેતદન્નમન્ને પ્રતિષ્ઠિતમ્ । સ ય એતદન્નમન્ને પ્રતિષ્ઠિતં
વેદ પ્રતિતિષ્ઠતિ । અન્નવાનન્નાદો ભવતિ । મહાન્ભવતિ ।
પ્રજયા પશુભિર્બ્રહ્મવર્ચસેન । મહાન્કીર્ત્યા ।

શબ્દાર્થ : અન્નમ્ ન નિન્દ્યાત્ - અન્નની નિંદા ન કરવી, તત્ - તે, વ્રતમ્ - વ્રત છે, પ્રાણઃ - પ્રાણ, વૈ - જ, અન્નમ્ - અન્ન છે, (અને) શરીરમ્ - શરીર (તે પ્રાણરૂપ અન્નથી જીવવાને લીધે), અન્નાદમ્ - અન્નનો ભોક્તા છે, શરીરમ્ - શરીર, પ્રાણે - પ્રાણના આધાર પર, પ્રતિષ્ઠિતમ્ - ટકી રહ્યું છે, (અને) શરીરે - શરીરના આધાર પર, પ્રાણઃ - પ્રાણ, પ્રતિષ્ઠિતઃ - ટકીને રહેલા છે, તત્ - આ પ્રમાણે, એતત્ - આ, અન્ને - અન્નમાં જ, અન્નમ્ -

અન્ન, પ્રતિષ્ઠિતમ્ - રહેલું છે, યઃ - જે મનુષ્ય, અન્ને - અન્નમાં જ, અન્નમ્ - અન્ન, પ્રતિષ્ઠિતમ્ - રહેલું છે, એતત્ - આ રહસ્યને, વેદ - જાણે છે, સઃ - તે, પ્રતિષ્ઠિતમ્ - તેમાં સ્થિત થઈ જાય છે, (તેથી) અન્નવાન્ - અન્નવાળો, (અને) અન્નાદઃ - અન્નને ખાનારો, ભવતિ - થઈ જાય છે, પ્રજયા - પ્રજાથી, પશુભિઃ - પશુઓથી, બ્રહ્મવર્ચસેન - (અને) બ્રહ્મતેજથી સંપન્ન થઈને, મહાન્ - મહાન, ભવતિ - થઈ જાય છે, (તથા) કીર્ત્યા - કીર્તિથી (સંપન્ન થઈને પણ), મહાન્ - મહાન, (ભવતિ) - થઈ જાય છે.

ભાવાર્થ : અન્નની નિંદા ન કરવી જોઈએ, પ્રાણ જ અન્ન છે, અને શરીર અન્નાદ છે. પ્રાણમાં શરીર સ્થિત છે અને શરીરમાં પ્રાણ સ્થિત છે, આ પ્રમાણે એક બીજાના પૂરક હોવાને લીધે એ એકબીજાના અન્ન છે. આ બંને અન્ન જ અન્નમાં પ્રતિષ્ઠિત છે. જે આ પ્રકાર અન્નને અન્નમાં સ્થિત જાણે છે એ પ્રતિષ્ઠિત હોય છે, અન્નવાન્ અને અન્નભોક્તા હોય છે, પ્રજા, પશુ અને બ્રહ્મતેજના કારણે મહાન હોય છે, તથા કીર્તિને કારણે મહાન હોય છે.

વિવેચન : અંતમાં સમજાવે છે કે, અન્નનું મહત્ત્વ જીવનમાં ખૂબજ છે. માટે આપણે જરૂરી અન્ન પેદા કરવું જોઈએ, જીવન જીવવા માટે અન્નનો ઉપયોગ કરવો જોઈએ. અન્નની કયારેય નિંદા કે ઉપેક્ષા કરવી જોઈએ નહીં. અને જે આ પ્રમાણે અન્નનું મહત્ત્વ સમજી જાય છે તે પ્રજા, પશુ અને બ્રહ્મતેજના સહારે મહાન બની જાય છે.

<h3 style="text-align:center">આઠમો અનુવાક</h3>

અન્નને ન તજવારૂપ વ્રત તથા જળ અને જયોતિરૂપ
અન્નબ્રહ્મના ઉપાસકને પ્રાપ્ત થનારા ફળનું વર્ણન

અન્નં ત પરિચક્ષીત । તદ્વ્રતમ્ । આપો વા અન્નમ્ । જ્યોતિરન્નાદમ્ ।
અપ્સુ જ્યોતિઃ પ્રતિષ્ઠિતમ્ । જ્યોતિષ્વાપઃ પ્રતિષ્ઠિતાઃ ।
તદેતદન્નમન્ને પ્રતિષ્ઠિતમ્ । સ ય એતદન્નમન્ને પ્રતિષ્ઠિતં વેદ

પ્રતિતિષ્ઠતિ । અન્નવાનન્નાદો ભવતિ । મહાન્ભવતિ
પ્રજયા પશુભિર્બ્રહ્મવર્ચસેન । મહાન્કીર્ત્યા ॥ ૧ ॥

શબ્દાર્થ : અન્નમ્ ન પરિચક્ષીત - અન્નની અવહેલના ન કરવી, તત્
- તે, વ્રતમ્ - એક વ્રત છે, આપઃ - જળ, વૈ - જ, અન્નમ્ - અન્ન છે, (અને)
જ્યોતિઃ - તેજ, અન્નાદમ્ - (રસસ્વરૂપ) અન્નનો ભોકતા છે, અપ્સુ - જળમાં,
જ્યોતિઃ - તેજ, પ્રતિષ્ઠિતમ્ - પ્રતિષ્ઠિત છે, જ્યોતિષિ - તેજમાં, આપઃ - જળ,
પ્રતિષ્ઠિતા - પ્રતિષ્ઠિત છે, તત્ - તેજ, એતત્ - આ, અન્ને - અન્નમાં, અન્નમ્
- અન્ન, પ્રતિષ્ઠિતમ્ - પ્રતિષ્ઠિત છે, યઃ - જે માણસ (આ પ્રમાણે), અન્ને
- અન્નમાં, અન્નમ્ - અન્ન, પ્રતિષ્ઠિતમ્ - પ્રતિષ્ઠિત છે, એતત્ - આ રહસ્યને,
વેદ - સારી પેઠે જાણે છે, સઃ - તે (અંતમાં), પ્રતિતિષ્ઠતિ - (તે રહસ્યમાં)
પરિનિષ્ઠિત થઈ જાય છે, (તથા), અન્નવાન્ - અન્નવાળો, (અને) અન્નાદઃ
- અન્નને ભવતિ - થઈ જાય છે, પ્રજયા - (તે) સંતાનથી, પશુભિઃ -
પશુઓથી (અને), બ્રહ્મવર્ચસેન - બ્રહ્મતેજથી, મહાન્ - મહાન, ભવતિ - બની
જાય છે (તથા) કીર્ત્યા - કીર્તિથી (સમૃદ્ધ થઈ ને પણ) મહાન્ - મહાન, ભવતિ
- થઈ જાય છે.

ભાવાર્થ : અન્નનો ત્યાગ ન કરવો, આ વ્રત છે, પાણી પણ અન્ન છે, જ્યોતિ
અન્નાદ છે, જલમાં જ્યોતિ પ્રતિષ્ઠિત છે અને જ્યોતિમાં જલ સ્થિત છે આ પ્રકારે
આ બંને અન્ન જ અન્નમાં પ્રતિષ્ઠિત છે. જે આ પ્રકાર અન્નને અન્નમાં સ્થિત
જાણે છે એ પ્રતિષ્ઠિત હોય છે, અન્નવાન અને અન્નાદ હોય છે, પ્રજા, પશુ
અને બ્રહ્મતેજને કારણે મહાન્ હોય છે તથા કીર્તિને કારણે પણ મહાન હોય છે.

વિવેચન : અન્નનો ત્યાગ કરવો જોઈએ નહીં. અર્થાત્ સમયસર જરૂરિયાત
પ્રમાણે સાત્ત્વિક ખોરાક લેવો જ જોઈએ. તેના વિના આપણું જીવન ચાલી
શકે નહીં. પ્રભુ પ્રાપ્તિ માટે શરીર અગત્યનું અંગ છે, જેથી તેને તંદુરસ્ત
રાખવું ખૂબજ જરૂરી છે. તેથી અન્નનો ત્યાગ કરવો ન જોઈએ. આ રીતે
જે અન્નની (ભૌતિક પદાર્થોની) ઉપાસના કરે છે તે મહાન બની જાય છે.

નવમો અનુવાક

અન્નસંચયરૂપ વ્રત તથા પૃથ્વી અને આકાશરૂપ અન્નબ્રહ્મના ઉપાસકને પ્રાપ્ત થનારા ફળનું વર્ણન

અન્નં બહુ કુર્વીત । તદ્વ્રતમ્ । પૃથિવી વા અન્નમ્ । આકાશોઽન્નાદઃ ।
પૃથિવ્યામાકાશઃ પ્રતિષ્ઠિતઃ । આકાશે પૃથિવી પ્રતિષ્ઠિતા ।
તદેતદન્નમન્ને પ્રતિષ્ઠિતમ્ । સ ય એતદન્નમન્ને પ્રતિષ્ઠિતં વેદ
પ્રતિતિષ્ઠતિ । અન્નવાનન્નાદો ભવતિ । મહાન્ભવતિ
પ્રજયા પશુભિર્બ્રહ્મવર્ચસેન । મહાન્કીર્ત્યા ॥ ૧ ॥

શબ્દાર્થ : અન્નં બહુ કીર્વીત - અન્ને ખૂબ વધારવું, તત્ - તે, વ્રતમ્ -
એક વ્રત છે, પૃથિવી - પૃથ્વી, વૈ - જ, અન્નમ્ - અન્ન છે, આકાશઃ -
આકાશ, અન્નાદઃ - પૃથ્વીરૂપ અન્નનો આધાર હોવાથી (જાણે કે) અન્નાદ
છે, પૃથિવ્યામ્ - પૃથ્વીમાં, આકાશઃ - આકાશ, પ્રતિષ્ઠિતઃ - પ્રતિષ્ઠિત છે,
આકાશે - આકાશમાં, પૃથિવી - પૃથ્વી, પ્રતિષ્ઠિતા - પ્રતિષ્ઠિત છે, તત્ - તે
જ, એતત્ - આ, અન્ને - અન્નમાં, અન્નમ્ - અન્ન, પ્રતિષ્ઠિતમ્ - પ્રતિષ્ઠિત છે,
યઃ - જે માણસ (આ પ્રમાણે), અન્ને - અન્નમાં, અન્નમ્ - અન્ન, પ્રતિષ્ઠિતમ્
- પ્રતિષ્ઠિત છે, એતત્ - આ રહસ્યને, વેદ - સારી પેઠે જાણે લે છે, સઃ - તે
(તે વિષયમાં) પ્રતિતિષ્ઠતિ - પ્રખ્યાત થઈ જાય છે, અન્નવાન્ - અન્નવાળો
(અને) અન્નાદઃ - અન્નને ખાનારો અર્થાત્ તેને પચાવવાની શક્તિવાળો,
ભવતિ - થઈ જાય છે, પ્રજયા - તે પ્રજાથી, પશુભિઃ - પશુઓથી, (અને),
બ્રહ્મવર્ચસેન - બ્રહ્મતેજથી, મહાન્ - મહાન, ભવતિ - બની જાય છે, - કીર્ત્યા
- કીર્તિથી ચ - (પણ), મહાન્ - મહાન, (ભવતિ) - થઈ જાય છે.

ભાવાર્થ : વધારે અન્ન ઉત્પન્ન કરવું આ વ્રત છે, પૃથ્વી જ અન્ન છે, આકાશ
અન્નાદ છે; પૃથ્વી આકાશમાં સ્થિત છે અને આકાશમાં પૃથ્વી સ્થિત છે. આ
પ્રકારે આ બંને અન્ન જ અન્નમાં પ્રતિષ્ઠિત છે. જે આ પ્રકારે અન્નમાં અન્નને

સ્થિત જાણે છે એ પ્રતિષ્ઠિત હોય છે, અન્નવાન, પ્રજા, પશુ, બ્રહ્મતેજને અને કીર્તિને કારણે મહાન હોય છે.

વિવેચન : જીવ સૃષ્ટિ માટે અન્નનું મહત્ત્વ સમજ્યા પછી દરેક જીવને જરૂરિયાત પ્રમાણે અન્ન મળી રહે તે માટે જરૂરી અન્ન ઉત્પાદનની (ભૌતિક પદાર્થોની પ્રાપ્તિની) વ્યવસ્થા ગોઠવવી જોઈએ. જે આ વ્યવસ્થા ગોઠવે છે તે મહાન બની જાય છે.

<h2 style="text-align:center">દસમો અનુવાક</h2>

અતિથિને આશ્રય અને અન્ન આપવું, તેથી થતું ફળ
તથા બીજા પ્રકારે બ્રહ્મોપાસનાનું વર્ણન

ન કંચન વસતૌ પ્રત્યાચક્ષીત । તદ્વ્રતમ્ । તસ્માદ્યયા કયા ચ વિધયા
બ્રહ્નનં પ્રાપ્નુયાત્ । આરાધ્યસ્મા અન્નમિત્યાચક્ષતે ।
એતદ્વૈ મુખતોઽન્ન‍ંરાદ્ધમ્ । મુખતોઽસ્મા અન્ન‍ંરાધ્યતે ।
એતદ્વૈ મધ્યતોઽન્ન‍ંરાદ્ધમ્ । મધ્યતોઽસ્મા અન્ન‍ંરાધ્યતે । એતદ્વા
અન્તતોઽન્ન‍ંરાદ્ધમ્ । અન્તતોઽન્ન‍ંરાધ્યતે । ય એવં વેદ ॥ ૧ ॥

શબ્દાર્થ : वसतौ - પોતાના ઘેર (આશ્રય મેળવવા માટે આવેલા), कंचन - કોઈ (પણ અતિથિ) ને, न प्रत्याचक्षीत - પ્રતિકૂળ ઉત્તર આપવો નહીં, तत् - તે, व्रतम् - એક વ્રત છે, तस्मात् - તેથી (અતિથિ સત્કારને માટે), अया कया च विधया - ગમે તે પ્રકારથી, बहु - ઘણું, अन्नम् - અન્ન, प्राप्नुयात् - પ્રાપ્ત કરવું જોઈએ, (કારણ કે સદ્ગૃહસ્થો) अस्मै - આ (ઘર પર આવેલા અતિથિ) ને, अन्नम् - ભોજન, आराधि - તૈયાર છે, इति - એમ, आचक्षते - કહે છે, (જો આ અતિથિને) मुखतः - મુખ્યવૃત્તિથી અર્થાત્ અધિક શ્રદ્ધા, પ્રેમ કે સત્કારપૂર્વક, एतत् - આ, राद्धम् - તૈયાર કરેલું-રાંધેલું, अन्नम् - ભોજન (આપે છે તો), वै - નિશ્ચય જ, अस्मै - આ (આપનાર) ને, मुखतः - વધુ આદર સત્કારની સાથે જ, अन्नम् - અન્ન, राध्यते - પ્રાપ્ત થાય છે, (જો આ અતિથિને) मध्यतः - વચલા વર્ગની શ્રદ્ધા અને પ્રેમથી, एतत्

- આ, રાદ્ધમ્ - સિદ્ધ કરેલું-રાંધેલું, અન્નમ્ - ભોજન (આપે છે તો), વૈ - નિઃસંદેહ-ખરેખર, અસ્મૈ - આ (દાતા) ને, મધ્યતઃ - મધ્યમ શ્રદ્ધા અને પ્રેમથી જ, અન્નમ્ રાધ્યતે - અન્ન પ્રાપ્ત થાય છે, (ને જો આ અતિથિને), અન્તતઃ - અધમ પ્રકારની શ્રદ્ધા અને સત્કારથી, એતત્ - આ, રાદ્ધમ્ - તૈયાર કરેલું-રાંધેલું, અન્નમ્ - ભોજન (આપે છે તો), વૈ - અવશ્ય જ, અસ્મૈ - આ (દાતા) ને, અન્તતઃ - નિકૃષ્ટ-હલકા પ્રકારની શ્રદ્ધા આદિથી, અન્નમ્ - અન્ન, રાધ્યતે - મેળે છે, યઃ - જે, એવમ્ - આ પ્રમાણે, વેદ - આ રહસ્યને જાણે છે તે અતિથિની સાથે ઘણી સારી રીતે વર્તે છે.

ભાવાર્થ : આપણે ત્યાં આવનાર અતિથિનો પરિત્યાગ ન કરવો, આ વ્રત છે. કોઈ ને કોઈ પ્રકારે વધારેમાં વધારે અન્ન પ્રાપ્ત કરો, કારણ કે એ અન્નોપાસક અતિથિને 'મેં આ અન્ન તૈયાર કર્યું છે' એવું કહે છે. જે પુરુષ સત્કારપૂર્વક સિદ્ધ કરેલ અન્ન આપે છે એને અન્નની પ્રાપ્તિ થાય છે. જે મધ્યમ સ્થિત કરેલ અન્ન આપે છે એને મધ્યમ વૃત્તિથી અન્નની પ્રાપ્તિ થાય છે, તથા જે નિકૃષ્ટ વૃત્તિથી સિદ્ધ કરેલ અન્ન આપે છે તેને નિકૃષ્ટ વૃત્તિથી અન્નની પ્રાપ્તિ થાય છે. જે આ પ્રકારે જાણે છે એને બ્રહ્મઉપાસાનાનું ફળ પ્રાપ્ત થાય છે.

क्षेम इति वाचि । योगक्षेम इति प्राणापानयोः । कर्मेति

हस्तयोः । गतिरिति पादयोः । विमुक्तिरिति पायौ ।

इति मानुषीः समाज्ञाः । अथ दैवीः । तृप्तिरिति वृष्टौ ।

बलमिति विद्युति । यश इति पशुषु । ज्योतिरिति नक्षत्रेषु ।

प्रजातिरमृतमानन्द इत्युपस्थे ।। सर्वमित्याकाशे ।। २ ।।

શબ્દાર્થ : (સઃ પરમાત્મા) - તે પરમાત્મા, વાચિ - વાણીમાં, ક્ષેમઃ ઇતિ - રક્ષાશક્તિના રૂપે છે, પ્રાણાપાનયોઃ - પ્રાણ અને અપાનમાં, યોગક્ષેમઃ ઇતિ - પ્રાપ્તિ અને રક્ષા - બન્ને શક્તિઓના રૂપમાં છે, હસ્તયોઃ - હાથોમાં, કર્મ ઇતિ - કર્મ કરવાની શક્તિના રૂપમાં છે, પાદયોઃ - પગોમાં, ગતિઃ ઇતિ - ચાલવાની શક્તિના રૂપમાં સ્થિત છે, પાયૌ - ગુદામાં, વિમુક્તિઃ ઇતિ -

મળત્યાગ કરવાની શક્તિ બનીને છે, **इति** - આ પ્રમાણે (આ), **मानुषी: समाज्ञा** - માનુષી સમાજ્ઞા અર્થાત્ આધ્યાત્મિક ઉપાસનાઓ છે, **अथ:** - હવે, – **दैवी:** - દૈવી ઉપાસનાઓનું વર્ણન કરે છે, (તે પરમાત્મા) **वृष्टौ** - વૃષ્ટિમાં, **तृप्ति: इति** - તૃપ્તિશક્તિના રૂપમાં છે, **विद्युत** - વીજળીમાં, **बलम् इति** - બળ (શક્તિ) બનીને સ્થિત છે, **पशुषु** - પશુઓમાં, **यश: इति** - યશના રૂપમાં સ્થિત છે, **नक्षत्रेषु** - ગ્રહો અને નક્ષત્રોમાં, **ज्योति: इति** - જ્યોતિરૂપે-તેજરૂપથી સ્થિત છે, **उपस्थे** - ઉપસ્થમાં, **प्रजाति:** - પ્રજા ઉત્પન્ન કરવાની શક્તિથી રહેલો છે, **अमृतम्** - વીર્યરૂપ અમૃત (અને), **आनन्द: इति** - આનંદ આપવાની શક્તિના રૂપમાં સ્થિત છે, **आकाशे** - (તથા) આકાશમાં, **सर्वम् इति** - સર્વનો આધાર બનીને રહેલો છે.

ભાવાર્થ : બ્રહ્મ વાણીમાં ક્ષેમ રૂપથી સ્થિત છે, પ્રાણ અને અપાનમાં યોગક્ષેમરૂપથી, હાથોમાં કર્મશક્તિથી, ચરણોમાં ગતિરૂપથી, ગુદામાં મલ ત્યાગરૂપથી, આ પ્રકારે આ મનુષ્યસંબંધી ઉપાસના છે.

હવે દેવતાઓ સંબંધી ઉપાસનાનું વર્ણન કરવામાં આવે છે. વૃષ્ટિમાં તૃપ્તિરૂપથી, વિદ્યુતમાં બળરૂપથી, પશુઓમાં યશરૂપથી, નક્ષત્રોમાં જ્યોતિરૂપથી, ઉપસ્થમાં પ્રજોત્પત્તિરૂપ (વીર્યરૂપ) થી, અમૃતમાં આનંદરૂપથી, અને આકાશમાં આધારરૂપથી પરમાત્મા સ્થિત છે. આ રીતે પરમાત્મા સર્વમાં વ્યાપ્ત છે.

તત્પ્રતિષ્ઠેત્યુપાસીત । પ્રતિષ્ઠાવાન્ ભવતિ । તન્મહ ઇત્યુપાસીત ।
મહાન્ ભવતિ । તન્મન ઇત્યુપાસીત । માનવાન્ ભવતિ ।
તન્નમ ઇત્યુપાસીત । નમ્યન્તેઽસ્મૈ કામા: । તદ્ બ્રહ્મોત્યુપાસીત ।
બ્રહ્મવાન્ ભવતિ । તદ્ બ્રહ્મણ: પરિમર ઇત્યુપાસીત ।
પર્યેણં પ્રિયન્તે દ્વિષન્ત: સપત્ના: । પરિ યેઽપ્રિયા: ભ્રાતૃવ્યા: ।
સ યશ્ચાયં પુરુષે યશ્ચાસાવાદિત્યે સ એક: ॥ ૩ ॥ - ॥ ૪ ॥

શબ્દાર્થ : **तत्** - તે (ઉપાસ્ય દેવ), **प्रतिष्ठा** - પ્રતિષ્ઠા (સર્વનો આધાર) છે, **इति** - આ પ્રમાણે, **उपासीत** - (તેની) ઉપાસના કરે તો,

પ્રતિષ્ઠાવાન્ ભવતિ - સાધક પ્રતિષ્ઠાવાળો થઈ જાય છે, **તત્** - તે (ઉપાસ્યદેવ), **મહઃ** - સર્વથી મહાન છે, **ઇતિ** - આ પ્રમાણે જાણીને, **ઉપાસીત** - ઉપાસના કરે તો, **મહાન્** - મહાન, **ભવતિ** - થઈ જાય છે, **તત્** - તે (ઉપાસ્ય દેવ), **મનઃ** - મન છે, **ઇતિ** - આ પ્રમાણે સમજીને, **ઉપાસીત** - તેની ઉપાસના કરે તો, (એવો ઉપાસક), **માનવાન્** - મનનશક્તિથી સંપન્ન, **ભવતિ** - થઈ જાય છે, **તત્** - તે (ઉપાસ્યદેવ), **નમઃ** - "નમઃ" (નમસ્કારને યોગ્ય) છે, **ઇતિ** - આ પ્રમાણે જાણીને, **ઉપાસીત** - તેની ઉપાસના કરે તો, **અસ્મૈ** - એવા ઉપાસકને માટે, **કામાઃ** - સમસ્ત કામ ભોગ પદાર્થ, **નમ્યન્તે** - વિનીત થઈ જાય છે, **તત્** - તે (ઉપાસ્યદેવ), **બ્રહ્મ** - બ્રહ્મ છે, **ઇતિ** - એમ સમજીને, **ઉપાસીત** - ઉપાસના કરે તો, (એવો ઉપાસક), **બ્રહ્મવાન્** - બ્રહ્મથી યુકત, **ભવતિ** - થઈ જાય છે, **તત્** - તે (ઉપાસ્યદેવ), **બ્રહ્મણઃ** - પરમાત્માનો, **પરિમરઃ** - સર્વને મારવાને માટે નિયત થયેલો અધિકારી છે, **ઇતિ** - આ પ્રમાણે સમજીને, **ઉપાસીત** - તેની ઉપાસના કરે તો, **એનમ્ પરિ** - એવા ઉપાસકના પ્રતિ, **દ્વિષન્તઃ** - દ્વેષ રાખનારા, **સપત્નાઃ** - શત્રુ, **પ્રિયન્તે** - મરી જાય છે, **યે** - જે, **પરિ** - (તેના) સર્વ પ્રકારથી, **અપ્રિયાઃ ભ્રાતૃવ્યાઃ** - અનિષ્ટ ઇચ્છનારા અપ્રિય બંધુજન છે, (**તે અપિ પ્રિયન્તે** તેઓ પણ મરી જાય છે), **સઃ** - તે (પરમાત્મા), **યઃ** - જે, **અયમ્** - આ, **પુરુષે** - મનુષ્યમાં છે, **ચ** - તથા, **યઃ** - જે, **અસૌ** - તે, **આદિત્યે ચ** - સૂર્યમાં પણ છે, **સઃ** - તે (બન્નેનો અંતર્યામી), **એકઃ** - એક જ છે.

ભાવાર્થ : હવે સકામ ઉપાસનાના જુદા જુદા પ્રકાર બતાવવામાં આવે છે. બ્રહ્મ સર્વનો આધાર છે એવું સમજીને ઉપાસના કરે તે પ્રતિષ્ઠિત થાય છે, બ્રહ્મ સર્વથી મહાન છે એવું સમજીને ઉપાસના કરે તે મહાન થાય છે, બ્રહ્મ મન છે એવું સમજીને ઉપાસના કરે તે મન શક્તિથી સંપન્ન થઈ જાય છે, બ્રહ્મ નમસ્કાર યોગ્ય છે એવું સમજીને ઉપાસના કરે તો સર્વ ભોગ એને પ્રાપ્ત થાય છે. બ્રહ્મ બ્રહ્મ છે એવું સમજીને ઉપાસના કરે તો બ્રહ્મને પ્રાપ્ત થઈ જાય છે. પરમાત્મા સર્વના મૃત્યુનું કારણ છે એવું સમજીને ઉપાસના કરે તો તે અજાતશત્રુ બની જાય છે.

આદિત્ય અને દેહોપાધિક ચેતનની એકતા
જાણનારા ઉપાસકને મળનારું ફળ

स य एवंवित् । अस्माल्लोकात्प्रेत्य । एतमन्नयमात्मानमुपसंक्रभ्य ।
एतं प्राणमयमात्मानमुपसंक्रभ्य । एतं मनोमयमात्मानमुपसंक्रभ्य ।
एतं विज्ञानमयमात्मानमुपसंक्रभ्य । एतमानन्दमयमात्मानमुपसंक्रभ्य ।
ईमाँल्लोकान्कामान्नी कामरूप्यनुसंचनरन् ।
एतत्साम गायन्नास्ते । हा ३ वु हा ३ वु हा ३ वु ॥ ५ ॥

શબ્દાર્થ : यः - જે (મનુષ્ય), एवंतित् - આ પ્રમાણે તત્ત્વથી જાણનારો
છે, सः - તે, अस्मात् लोकात् - આ લોક (શરીર) થી, प्रेत्य - ઉત્ક્રમણ
કરીને, एतम् अन्नमयम् आत्मानम् - આ અન્નમય આત્માને, उपसंक्रम्य -
પ્રાપ્ત થઈને, एतम् प्राणमयम् आत्मानम् उपसंक्रम्य - આ પ્રાણમય આત્માને
પ્રાપ્ત થઈને, एतम् मनोमयम् आत्मानम् उपसंक्रम्य - આ મનોમય આત્માને
પ્રાપ્ત થઈને, एतम् विज्ञानमयम् आत्मानम् उपसंक्रम्य - આ વિજ્ઞાનમય
આત્માને પ્રાપ્ત થઈને, एतम् आनन्दमयम् आत्मानम् उपसंक्रम्य - આ આનંદમય
આત્માને પ્રાપ્ત થઈને, कामान्नी - ઈચ્છાનુસાર ભોગવનારો (અને),
कामरूपी - ઈચ્છાનુસાર રૂપવાળો થઈ જાય છે (તથા), इमान् लोकान्
अनुसंचरन् - આ બધા લોકમાં વિચરતો, एतत् - આ (આગળ બતાવવામાં
આવનારા), सामगायन् - સામ (સમતાયુક્ત ઉદ્ગારો) નું ગાયન કરતો,
आस्ते - રહે છે.

हा ३ वु - આશ્ચર્ય ! हा ३ वु - આશ્ચર્ય ! हा ३ वु - આશ્ચર્ય !

ભાવાર્થ : આ પરમાત્મા જે મનુષ્યમાં છે તે સૂર્યમાં છે, એવું જે જાણી લે છે,
તે આ શરીરમાંથી ઉત્ક્રમણ કરીને અન્નમય, પ્રાણમય, મનોમય, વિજ્ઞાનમય,
આનંદમય આત્માને પ્રાપ્ત કરીને ઈચ્છાનુસાર ભોગવાળો, ઈચ્છાનુસાર રૂપવાળો
થઈને સર્વલોકમાં વિચરીને કીર્તન કરતો ફરે છે.

બ્રહ્મવેત્તા દ્વારા ગવાતો સામ

अहमन्नमहमन्नमहमन्नम् । अहमन्नादोऽ३ऽहमन्नादोऽ३ऽहमन्नादः ।
अह॒श्लोककृदह॒श्लोककृदह॒श्लोककृत् । अहमस्मि प्रथमजा
ऋता३स्य । पूर्वं देवेभ्योऽमृतस्यना३मायि । यो मा ददाति स इदेव
मा३वाः । अहमन्नमन्नमदन्तमा३भि । अहं विश्वं भुवनमभ्यभवा३म् ।
सुवर्णज्योतीः य एवं वेद । इत्युपनिषत् ॥ ६ ॥

શબ્દાર્થ : अहम् - હું, अन्नम् - અન્ન છું, अहम् - હું, अन्नम् - અન્ન
છું; अहम् - હું, अन्नम् - અન્ન છું, अहम् - હું જ, अन्नादः - અન્નનો ભોક્તા
છું, अहम् - હું જ, अन्नादः - અન્નનો ભોક્તા છું, अहम् - હું જ, अन्नादः
- અન્નનો ભોક્તા છું, अहम् - હું જ, अन्नादः - અન્નનો ભોક્તા છું, अहम्
- હું, श्लोककृत् - એમનો સંયોગ કરાવાનરો છું, अहम् - હું, श्लोककृत् -
એમનો સંયોગ કરાવાનરો છું, - अहम् - હું, - ऋतस्य સત્યનો એટલે પ્રત્યક્ષ
દેખાતા જગત કરતાં, प्रथमजाः - સર્વમાં મુખ્ય થઈને ઉત્પન્ન થનારો
(હિરણ્યગર્ભ), (च-) देवेभ्यः - દેવતાઓ કરતાં પણ, पूर्वम् - પહેલાં
વિધમાન, अमृतस्य - અમૃતનું, नाभायि - (નાભિ) કેન્દ્ર, अस्मि - છું, यः
- જે કોઈ, मा - મને, ददाति - આપે છે, सः - તે, इत् - આ કાર્યથી, एव
- જ, मा आवाः - મારી રક્ષા કરે છે; अहम् - હું, अन्नम् - અન્નસ્વરૂપ
થઈને, अन्नम् - અન્ન, भुवनम् - ખાનારને, अद्मि - ગળી જાઉં છું; अहम्
- હું, विश्वम् - સમસ્ત, भुवनम् अभ्यमवाम् - બ્રહ્માંડનો તિરસ્કાર કરું છું,
सुवः न ज्योतीः - મારા પ્રકાશનો ઝબકારો સૂર્યના જેવો છે, यः - જે, एवम्
- આ પ્રમાણે, वेद - જાણે છે, તેને આ જ સ્થિતિ પ્રાપ્ત થાય છે, इति - આ
પ્રમાણે, उपनिषत् - આ ઉપનિષદ - બ્રહ્મવિદ્યા સમાપ્ત થઈ.

ભાવાર્થ : આશ્ચર્ય ! આશ્ચર્ય ! આશ્ચર્ય ! હું અન્નમાં અન્ન છું, હું જ અન્નનો
ભોક્તા છું, હું જ એનો સંયોગ કરાવવાવાળો છું, હું જ હિરણ્યગર્ભ છું, દેવતાઓની

પહેલાં હું જ હતો, અમૃતનું કેન્દ્ર હું જ છું, જે કોઈ મને જે કાંઈ આપે છે તે હું તેને પરત કરું છું. મારા પ્રકાશની એક ઝલક સૂર્ય કરતાં વધારે પ્રકાશિત છે. જે આ પ્રમાણે જાણે છે તેની મારા જેવી સ્થિતિ થઈ જાય છે.

વિવેચન : હવે નિષ્કામતાની વાત થાય છે. જો અન્નની વ્યવસ્થા (ભૌતિક જરુરિયાત) આપણા એકલાના માટે જ કરીએ તો તે સંકુચિતતા છે. પરંતુ સમાષ્ટિના દરેક જીવને અન્ન મળી રહે તેવી વ્યવસ્થા ગોઠવવી જોઈએ. માટે અહીં ઋષિ વિષયને સમજાવવા માટે અતિથિને પ્રતીકાત્મક રીતે લઈને સમજાવે છે કે, અતિથિ ભૂખ્યો ન રહેવો જોઈએ. અર્થાત્ પૃથ્વી પરનો કોઈપણ જીવ ભૂખ્યો ન રહેવો જોઈએ.

બીજી રીતે અન્નનો એક અર્થ સમૃદ્ધિ પણ થાય છે. જે કોઈપણ વ્યક્તિ પોતાની પાસેનાં સંસાધનોનો જેવી રીતે ઉપયોગ કરે છે તેને તે પ્રમાણે જ સમૃદ્ધિ મળે છે. જે **વિકામ ભાવથી ઉપયોગ કરે છે તેને દુઃખ મળે છે. જે સકામ ભાવથી ઉપયોગ કરે છે તેને સુખ મળે છે અને જે નિષ્કામ ભાવથી ઉપયોગ કરે છે તેને આનંદ મળે છે.** માટે અન્ન અને પૃથ્વી પરનાં તમામ સંસાધનો સર્વ જીવોના આનંદ માટે ઉપયોગી થાય તેવી વ્યવસ્થા આપણે ઊભી કરવી જોઈએ. અને જે આ પ્રમાણે સમજે છે તે મહાન બની જાય છે.

હવે ભૌતિક જીવન માટે આપણા શરીરના દરેક અંગોની કાળજી લેવાવી જોઈએ અને તેમનો પૂર્ણ રૂપે ઉપયોગ થવો જોઈએ. શરીર તંદુરસ્ત રહેવું જોઈએ. પાચનક્રિયા વ્યવસ્થિત હોવી જોઈએ. હાથ અને પગ સતત કર્મ પ્રવૃત્ત રહેવાં જોઈએ. પ્રાણનું નિયમન થવું જોઈએ અને વાણી પણ બ્રહ્મનું જ વર્ણન કરતી હોવી જોઈએ. આ રીતે હાથ-પગમાં કર્મ અને ગતિ રૂપે ઉપાસના કરવી જોઈએ. પ્રાણની યોગરૂપથી અને વાણીની ક્ષેમરૂપથી (રક્ષણ રૂપે બીજાને ખરાબ લાગે તેવી વાણી ન બોલવી) ઉપાસના થવી જોઈએ.

પરમાત્મા ઉપાદાન કારક છે અને સમષ્ટિમાં દરેક જગ્યાએ શક્તિ પ્રદાન કરી રહ્યા. વરસાદ પણ તે જ વરસાવે છે. સૂર્યમાંથી શક્તિ પણ તે જ આપે છે. પશુની કર્મ શક્તિ પણ તેમની જ છે. નક્ષત્રોમાં પણ તેઓ જ બિરાજમાન છે. પ્રજનન પણ તેમના વડે જ થાય છે. અમૃતમાં આનંદ પણ તે જ છે. અને સમસ્ત બ્રહ્માંડનો આધાર પણ તે જ છે. માટે પંચમહાભૂત, સૂર્ય અને અન્ય ગ્રહોમાં બ્રહ્મદૃષ્ટિથી ઉપાસના થવી જોઈએ.

બ્રહ્મ સર્વવ્યાપક છે અને જગતનું ઉપાદન કારણ પણ છે. તેથી પૃથ્વી પરની દરેક વસ્તુમાં શક્તિનો ભંડાર છે. વ્યક્તિ જે તે શક્તિની જે રીતે ઉપાસના કરે છે તે રીતે પરમાત્મા તેને ફળ આપે છે પણ જે બ્રહ્મજ્ઞાની છે તેને તો કાર્યબ્રહ્મથી ઉપર પરબ્રહ્મની જ પ્રાપ્તિ થઈ જાય છે.

આ ઉપનિષદમાં મુખ્ય વાત આનંદ પ્રાપ્તિની છે. તે જીવનનું પરમ લક્ષ્ય છે, પરંતુ તેની પ્રાપ્તિ માટે પરમાત્માની આખી વ્યવસ્થાને સમજવી પડે અને ઋષિએ આપણા બધા કોષોની વ્યવસ્થા સમજાવીને સમષ્ટિની પણ વ્યવસ્થા સમજાવી અને પરમ લક્ષ્ય મેળવવા માટે જીવનના દરેક સ્તરે આપણે કેવી રીતે પ્રવૃત્ત રહેવું પડે અને દરેક શક્તિઓની કેવી રીતે ઉપાસના કરવી જોઈએ તે સુંદર રીતે સમજાવ્યું છે.

અહીં તૈત્તિરીય ઉપનિષદ સમાપ્ત થાય છે.

પ્રશ્નો અને ઉત્તરો

શિક્ષાવલ્લી - ૧

પ્ર–૧ : આનંદમાં રહેવા કયા પ્રકારનું જ્ઞાન મેળવવું જોઈએ ?

ઉત્તર : આનંદ માટે અપરા અને પરાવિદ્યાનું જ્ઞાન મેળવવું જોઈએ.

પ્ર–૨ : આનંદ પ્રાપ્તિ માટે શિક્ષણના કયા કયા ભાગો છે ?

ઉત્તર : કાયમી આનંદ પ્રાપ્તિ માટે વર્ણ, સ્વર, માત્રા અને સંહિતા એટલે કક્કો, બારાખડી, શબ્દ રચના અને વાક્ય રચનાનું જ્ઞાન મેળવવું જરૂરી છે. આ શિક્ષણના ભાગો છે.

પ્ર–૩ : પરમાત્માએ દરેક જીવ આનંદમાં રહે તે માટે કઈ પાંચ વ્યવસ્થા કરી છે ?

ઉત્તર : પરમાત્માએ દરેક જીવો આનંદમાં રહે તે માટે પાંચ વ્યવસ્થા કરી છે : અધિલોક, અધિજ્યોત, અધિ વિદ્યા, અધિ પ્રજનન અને અધિસામની વ્યવસ્થા કરી છે.

પ્ર–૪ : ભૌતિક જીવન જીવવા માટેની જરૂરિયાતો મળી રહે તે માટે શું વ્યવસ્થા કરી છે ?

ઉત્તર : ભૌતિક જીવન જીવવા માટે પરમાત્માએ ત્રણ લોકની વ્યવસ્થા કરી છે. પૃથ્વી, અંતરિક્ષ અને ધુલોક તેમજ અન્ન, વસ્ત્ર, રહેઠાણ અને ઊર્જાની વ્યવસ્થા કરી છે.

પ્ર–૫ : જીવન જીવવા અર્થે ઊર્જા શક્તિ માટે કઈ–કઈ વ્યવસ્થા કરવામાં આવેલી છે ?

ઉત્તર : જીવન જીવવા માટે સૂર્ય, જલ, વિદ્યુત અને પ્રાણની વ્યવસ્થા કરવામાં આવેલી છે.

પ્ર–૬ : જીવન ઉપયોગી જ્ઞાન ક્યાંથી મળે છે ?

ઉત્તર : આપણને બ્રહ્મા દ્વારા જ્ઞાન મેળવીને ઋષિ વડે લખાયેલા શાસ્ત્રોમાંથી જરૂરી જ્ઞાન મળે છે. જે અનાદિકાળથી વડીલો દ્વારા આપણને મળે છે.

પ્ર–૭   : આનંદને રોકનારાં પરિબળો કયાં છે ?

ઉત્તર   : આનંદને રોકનારાં મુખ્ય પરિબળો : ભય, અસંતોષ, અપેક્ષા, વિકારો, સ્વાર્થ, દ્વૈતભાવ, નિરાશા, અશ્રદ્ધા, અજ્ઞાન આદિ છે.

પ્ર–૮   : બ્રહ્માંડની વ્યવસ્થા કોણે અને કેવી રીતે કરી છે ?

ઉત્તર   : બ્રહ્માંડની વ્યવસ્થા પરમાત્માએ કરી છે. બધી જ વસ્તુઓ તેમની અંદરથી આવેલી છે. ત્રણ લોક (પૃથ્વી, અંતરિક્ષ, ધુલોક), પ્રાણ, સૂર્ય, ચંદ્ર, વાયુ, અગ્નિ, વેદ આદિ.

પ્ર–૯   : પરમાત્માએ વિશ્વમાં વ્યષ્ટિ – સમષ્ટિને એક બીજા સાથે કેવી રીતે જોડ્યાં છે ?

ઉત્તર   : પરમાત્માએ વ્યષ્ટિ અને સમષ્ટિને સંધિ, સંધાન વડે એવી રીતે જોડ્યાં છે કે, તેના વડે ફળ પ્રાપ્ત થાય છે જેમ કે, સૂર્યની શક્તિ જલ વડે અગ્નિ સ્વરૂપે મળે છે.

પ્ર–૧૦ : પરમાત્માનું ધ્યાન કેવી રીતે કરવું જોઈએ ?

ઉત્તર   : પરમાત્માની ઉપાસના માટે ૐ વડે મન, બુદ્ધિ અને જ્ઞાન વડે ઇન્દ્રિયદમન અને મનોનિગ્રહ કરી મગજને શાંત અને શુદ્ધ કરી પરમાત્માનું ધ્યાન કરવું જોઈએ. નિત્ય તપસ્યા કરવી જોઈએ.

પ્ર–૧૧ : પરમાત્માની ઓળખ અને પ્રાપ્તિ કેમ થાય ?

ઉત્તર   : પરમાત્મા સર્વસમર્થ, સર્વવ્યાપક, સર્વજ્ઞ, નિરાકાર ઇન્દ્રિયોને વિરામ આપનાર, મનને આનંદ આપનાર, અખંડ શાંતિના ભંડાર છે. તેમનાં ધ્યાન અને ચિંતન વડે અનુભૂતિ થતાં જીવન બ્રહ્મમય બની જાય છે. તેઓ જ્યારે દેહ છોડે છે ત્યારે સુષુમ્ણા નાડી દ્વારા છોડી બ્રહ્મલીન થઈ જાય છે.

પ્ર–૧૨ : આધિભૂત અને આધિઆત્મ એટલે શું ? તેમની વચ્ચે શું સંબંધ છે ?

ઉત્તર   : આધિભૂત જે પંચમહાભૂતમાંથી બનેલું છે. જેમાં ચૈતન્ય સુષુપ્ત છે, જેવાં કે પૃથ્વી, સૂર્ય, ચંદ્ર પ્રાણ વગેરે.

આધિઆત્મ એટલે જેમાં ચૈતન્યરૂપ આત્મા રહેલો છે તે આધિઆત્મ અને આધિભૂત વડે આ જીવ બને છે. જ્યારે મૃત્યુ થાય છે ત્યારે આત્મા શરીર બદલે છે અને શરીર સમષ્ટિ એટલે પંચમહાભૂતમાં ભળી જાય છે આમ વ્યષ્ટિ અને સમષ્ટિ એક જ છે, અદ્વૈત છે.

પ્ર–૧૩ : ઉત્તમ પુરુષના ક્યા ગુણોનું અનુકરણ કરવું જોઈએ ? આનંદ પ્રાપ્તિ માટે શું કરવું જોઈએ ?

ઉત્તર : ઉત્તમ પુરુષના સત્કર્મોનું અનુકરણ કરવું જોઈએ, તેમના દોષોની નકલ કરવી ન જોઈએ.

દરેક વ્યક્તિએ જીવનમાં આનંદમાં રહેવા માટે સત્ય બોલવું, ધર્માચરણ કરવું, અનીતિનું ધન લેવું નહીં. આત્મરક્ષામાં ઉપયોગી કર્મ, માંગલિક કર્મ, સ્વાધ્યાય, પ્રવચન, સકામ કર્મ અને નિષ્કામ કર્મમાં આળસ કરવી નહીં અને શ્રદ્ધાપૂર્વક દાન આપવું જોઈએ.

પ્ર–૧૪ : ૐ કાર શું સૂચવે છે ?

ઉત્તર : ૐ કાર એ પરમાત્માની ઓળખ છે, તેમનું નામ છે. ૐકારની અંદર ત્રણે લોક ભૂલોક, ચંદ્રલોક અને સૂર્યલોક દર્શાવ્યાં છે. તે ઉપરાંત પરબ્રહ્મ પરમાત્મા પણ તેમાં આવી જાય છે.

પ્ર–૧૫ : પરમાત્માને પામવા માટે તપસ્યા કેવી રીતે કરવી જોઈએ ?

ઉત્તર : પરમાત્માને મેળવવા માટે સ્વાધ્યાય, અનુષ્ઠાન, ઇન્દ્રિય સંયમ, મનોનિગ્રહ, અગ્નિહોત્ર, અતિથિસત્કાર માનુષ કર્મ છેલ્લા શ્વાસ સુધી કરવાં જોઈએ.

પ્ર–૧૬ : પરમાત્માનાં વ્યક્ત સ્વરૂપો કયાં છે ?

ઉત્તર : પરમાત્માના વ્યક્ત સ્વરૂપ (સૂર્ય, વરુણ, ઇન્દ્ર, બ્રહસ્પતિ, વિષ્ણુ, એટલેકે પંચમહાભૂત અને જીવાત્મા જેને અક્ષરબ્રહ્મ કહે છે.

બ્રહ્માનંદ વલ્લી - ૨

પ્ર–૧   : આપણા મનની અંદર કયારે દ્વૈત ટકી શકતું નથી ?

ઉત્તર   : આપણે જયારે પરમાત્મામાંથી બ્રહ્માંડનું સર્જન કેવી રીતે થયું તે જાણીએ, પરમાત્મા પર સંપૂર્ણ શ્રદ્ધા થાય ત્યાર પછી મનની અંદર દ્વૈત ટકી શકતું નથી.

પ્ર–૨   : એકમાનુષ આનંદ એટલે શું ?

ઉત્તર   : એકમાનુષ આનંદ એટલે એક સરળ સ્વભાવવાળા જ્ઞાની, આશાવાન, મક્કમ, બળવાન, સુંદર અને તંદુરસ્ત યુવાનને સમસ્ત પૃથ્વીનું નિષ્કંટક રાજય મળે ત્યારે તેને જે સુખ મળે તે એકમાનુષ આનંદ કહેવાય.

પ્ર–૩   : બ્રહ્માનંદ કેવી રીતે મળે છે ?

ઉત્તર   : એકમાનુષ આનંદ મળે પછી તેનો સો ગણો આનંદ મનુષ્ય ગંધર્વનો એક આનંદ મળે છે આમ અનુક્રમે દેવગંધર્વનો આનંદ, પિતૃગણનો આનંદ, અજાનજ દેવનો આનંદ, કર્મદેવનો આનંદ, દેવતાઓનો આનંદ, ઇન્દ્રનો આનંદ, બૃસ્પતિનો આનંદ, પ્રજાપતિનો આનંદ, તેના ૧૦૦ આનંદ બરાબર એક બ્રહ્માનંદ. આમ એકમાનુષ આનંદ કરતાં હજારો ગણો એક બ્રહ્માનંદ છે.

પ્ર–૪   : બ્રહ્મજ્ઞાન પ્રાપ્ત થવાથી શું લાભ થાય છે ?

ઉત્તર   : બ્રહ્મજ્ઞાન પ્રાપ્ત થયા પછી ભય રહેતો નથી, પાપ કે પુણ્ય સ્પર્શ કરી શકતાં નથી, તેના હૃદયમાં શોક રહેતો નથી અને સદાય પ્રસન્નતા રહે છે. કોઇપણ કાર્યમાં પાછો પડતો નથી અને આત્મા તેની રક્ષા કરે છે.

પ્ર–૫   : બ્રહ્માનંદ વલ્લીનો મુખ્ય વિષય કયો છે ?

ઉત્તર   : બ્રહ્માનંદ વલ્લી આનંદ પ્રાપ્તિ માટેની જરૂરી શરતો સમજાવે છે અને આનંદનું માપ નક્કી કરે છે.

પ્ર–૬   : ઋષિ અન્નને બ્રહ્મ સાથે કેમ સરખાવે છે ?

ઉત્તર : આપણા દેહને ટકાવવા માટે અન્ન બહુજ અગત્યનું છે માટે અન્નની ઉપેક્ષા ન કરવી જોઈએ. અન્ન એટલે ભૌતિક પદાર્થો (જેવા કે અન્ન, વસ્ત્ર, રહેઠાણ, વાહન વગેરે) જેનો જરૂરિયાત પૂરતો સમયસર ઉપયોગ કરવો જોઈએ.

પ્ર–૭ : શરીરની કાળજી શા માટે લેવી જોઈએ ?

ઉત્તર : જીવન ટકાવી રાખવા આ શરીર બહુજ અગત્યનું સાધન છે. તે માટે અન્નની જરૂર છે. ભૂખ્યા પેટે આનંદ ન મળે. આપણું શરીર અન્નમય કોષનું બનેલું છે. આ અન્નમય કોષનો આત્મા પ્રાણ છે.

પ્ર–૮ : શરીર કેટલા કોષોનું બનેલું છે ?

ઉત્તર : શરીર અન્નમય કોષ – પ્રાણમય કોષ – મનોમય કોષ – વિજ્ઞાનમય કોષ – આનંદમય કોષ આ પાંચ કોષ વડે આપણું શરીર બનેલું છે.

અન્નમય કોષનો આત્મા પ્રાણ છે.

પ્રાણમય કોષનો આત્મા મન છે.

મનોમય કોષનો આત્મા વિજ્ઞાન છે અને

વિજ્ઞાનમય કોષનો આત્મા આનંદમય છે.

આ ચારે કોષનું નિયમન કરીને આનંદમય રહેવું જોઈએ.

પ્ર–૯ : સમાજમાં કેટલા પ્રકારના માણસો હોય છે ? તેઓ શું પામે છે ?

ઉત્તર : બે પ્રકારના માણસો હોય છે.

એક પરમાત્માને માનતા નથી, ભોગવાદને જ માને છે. બ્રહ્મને અસત માને છે તે અસુર બને છે અને નર્કને પામે છે. જ્યારે જે લોકો પરમાત્માને સત્ માને છે તે લોકો આનંદને પ્રાપ્ત કરી દૈવી ગુણો પામે છે અને સ્વર્ગને પામે છે.

ભૃગુવલ્લી - ૩

પ્ર–૧ : બ્રહ્મનાં અંગો એટલે કે બ્રહ્મ પ્રાપ્તિનાં દ્વાર કયાં કયાં છે ?

ઉત્તર : બ્રહ્મ પ્રાપ્તિનાં દ્વાર અન્ન, પ્રાણ, નેત્ર, શ્રોત્ર, મન અને વાણી છે.

પ્ર–૨ : સમસ્ત જીવસૃષ્ટિ તેમનાં શરીરો શામાંથી બનાવે છે ?

ઉત્તર : દરેક જીવ તેમના શરીરો અન્નમાંથી એટલે પંચમહાભૂતમાંથી બનાવે છે અને જીવનકાળ પૂરો થતાં શરીર તેમાં જ ભળી જાય છે.

પ્ર–૩ : સમસ્ત જીવસૃષ્ટિ શામાંથી ઉત્પન્ન થાય છે ?

ઉત્તર : સમસ્ત જીવસૃષ્ટિ પ્રાણ, મન, વિજ્ઞાન અને આનંદમાંથી ઉત્પન્ન થાય છે માટે તે બધાંની બ્રહ્મ તરીકે જ ઉપાસના કરવી જોઈએ.

પ્ર–૪ : અંતઃકરણ અને પંચમહાભૂતની બ્રહ્મ તરીકે કેમ ઉપાસના કરવી જોઈએ ?

ઉત્તર : આ બન્નેનો બ્રહ્મમાંથી આવિર્ભાવ થાય છે અને તેમાંથી ક્રમાનુસાર બધાં તત્ત્વો બહાર આવે છે, જેના લીધે વ્યષ્ટિ અને સમષ્ટિની રચના થાય છે. તેથી તેમની બ્રહ્મ તરીકે ઉપાસના કરવી જોઈએ.

પ્ર–૫ : અન્નનું મહત્ત્વ જીવનમાં કેમ બતાવ્યું છે ?

ઉત્તર : અન્ન ખૂબજ જરૂરી છે. જીવન ટકાવી રાખવા માટે અન્ન જરૂરી છે. તે માટે અન્ન ઉત્પન્ન કરવું જોઈએ, અન્નની નિંદા ન કરવી જોઈએ કે તેની ઉપેક્ષા પણ ન કરવી જોઈએ. શરીરને કાર્યક્ષમ, તંદુરસ્ત રાખવા નિયમિત સાત્ત્વિક આહાર લેવો જોઈએ. અન્નનો ત્યાગ ન કરવો જોઈએ. અહીં અન્ન એટલે તમામ જીવન જરૂરિયાતની વસ્તુઓ, જે દરેક વ્યક્તિના ભાગે જવી જોઈએ.

આ ઉપનિષદનો વ્યાવહારિક જીવનમાં ઉપયોગ

(૧) સામાન્ય માણસની કલ્પના એવી હોય છે કે, ભૌતિક સાધનો જેવાં કે સ્વાદિષ્ટ ખોરાક, મોંઘાં કપડાં, સારી ગાડી, વૈભવી બંગલો જેવી સમૃદ્ધિઓ અને સુખ સગવડનાં સાધનો મને આનંદ આપશે. પરંતુ દુનિયાનાં વૈભવી જીવનશૈલી માટેનાં તમામ સાધનો ફકત આનંદની એક ક્ષણિક ઝલક જ આપી શકે, કાયમી આનંદ ન આપી શકે.

આ ઉપનિષદમાં ઋષિ કાયમી આનંદ મેળવવા માટેના અનેક રસ્તા ક્રમવાર બતાવે છે જેમાં :

૧) જીવનની મૂળભૂત જરૂરિયાતો પૂરી કરવી જોઈએ.

૨) ગુરુ અથવા શાસ્ત્રો પાસેથી પરમાત્માના સ્વરૂપને સમજી લેવું જોઈએ.

૩) પરમાત્માએ દરેક જીવને આનંદમાં રાખવા માટે જે વ્યવસ્થાઓ ગોઠવી છે તેનો અભ્યાસ કરીને તેને અનુસરવું જોઈએ.

૪) આપણી અંદર રહેલા આનંદને રોકતાં પરિબળોને દૂર કરવાં જોઈએ.

૫) ધ્યાનની પ્રક્રિયા દ્વારા મનને અંતરમુખી બનાવવું. એટલે કે સતત પરમાત્માનું ચિંતન કરવું જોઈએ.

ઉપરના મુદ્દાઓને ધ્યાનમાં રાખી અમલ કરવાથી જીવનમાં કાયમી આનંદ મળે છે.

(૨) જીવનમાં સાચી વાતો અનુભવથી સમજાય છે. વડીલોના અનુભવો એ નવી પેઢી માટેનું શિક્ષણ છે. સારું જીવન જીવવા માટે શિક્ષણ જરૂરી છે. શિક્ષણના બે પ્રકાર પાડી શકાય.

૧) ભૌતિક વસ્તુઓ માટેનું શિક્ષણ (અપરાવિદ્યા)

૨) આધ્યાત્મિક શિક્ષણ (પરાવિદ્યા)

આપણે એકલું ભૌતિક શિક્ષણ મેળવીને સુખ, સમૃદ્ધિનાં સાધનો મેળવી શકીએ પરંતુ શાંતિ અને આનંદ માટે આધ્યાત્મિક શિક્ષણ જરૂરી છે.

આધ્યાત્મિક શિક્ષણમાં દરેક જીવને આનંદમાં રાખવા માટે પરમાત્માએ કરેલી વ્યવસ્થાનું વિગતવાર વર્ણન કરવામાં આવેલું છે. તે માટે આ વ્યવસ્થાઓ જળવાય તે પ્રમાણેનું જીવન જીવવું જોઈએ.

(૩) આ સમગ્ર સૃષ્ટિનું સર્જન પરમાત્માએ કર્યું છે અને બધું જ ક્રમશ: પરમાત્મામાંથી જ આવેલું છે, તેથી બધું જ અદ્વૈત છે. આ જ્ઞાન ન હોવાને કારણે બધું અલગ-અલગ દેખાય છે. બધું અદ્વૈત છે તે એક જ બ્રહ્મનો આવિર્ભાવ છે તેમ જાણવાથી દ્વૈત ભાવ રહેતો નથી.

વ્યષ્ટિ (વ્યક્તિ) અને સમષ્ટિ (સૃષ્ટિ) બન્ને એક જ છે. જે વ્યષ્ટિમાં છે તે જ સમષ્ટિમાં રહેલું છે.

(૪) આપણું શરીર ચાર કોષોનું બનેલું છે અને દરેક કોષ એકબીજા સાથે સંબંધ ધરાવે છે અને તેના પર આપણું શરીર ટકી રહેલું છે. આ દરેક કોષ પ્રાણ સ્વરૂપ છે. જેમ કે,

અન્નમય કોષનો આત્મા પ્રાણ છે.

પ્રાણમય કોષનો આત્મા મન છે.

મનોમય કોષનો આત્મા વિજ્ઞાન છે.

વિજ્ઞાનમય કોષનો આત્મા આનંદમય છે.

આ ચારેય કોષોનું નિયમન કરી આનંદમાં રહેવું જોઈએ, તો જ આપણને સાચો આનંદ મળે. આનંદ એ જ પરમાત્માનું સાચું સ્વરૂપ છે. આપણા શરીરને ટકાવી રાખવા માટે અન્ન, પ્રાણ, મન, વિજ્ઞાન અને આનંદની જરૂર છે, જેથી આ બધાંને બ્રહ્મ સમજવા જોઈએ.

www.ingramcontent.com/pod-product-compliance
Lightning Source LLC
Chambersburg PA
CBHW021117130726
47988CB00003B/1062